ALLAÐA MAÐKABÓKIN fyrir nautahakk

Fljótlegar og hagkvæmar nautahakkuppskriftir sem gera vikunætur auðveldari og ljúffengari

Naja Fransson

Allur réttur áskilinn.

Fyrirvari

Upplýsingarnar í þessari rafbók eru ætlaðar til að þjóna sem alhliða safn aðferða sem höfundur þessarar rafbókar kannaði. Samantektir, aðferðir, ábendingar og brellur eru eingöngu ráðleggingar höfundar og lestur þessarar rafbókar tryggir ekki að niðurstöður þínar endurspegli niðurstöður höfundar nákvæmlega. Höfundur rafbókarinnar hefur lagt allt kapp á að veita lesendum rafbókarinnar núverandi og nákvæmar upplýsingar. Höfundur og þátttakendur hans eru ekki ábyrgir fyrir óviljandi villum eða vanrækslu sem kunna að finnast. Efnið í rafbókinni getur innihaldið upplýsingar frá þriðja aðila. Efni þriðja aðila inniheldur skoðanir sem eigendur þeirra hafa látið í ljós.

Rafbókin er höfundarréttar © 2022 með öllum rétti áskilinn. Það er ólöglegt að endurdreifa, afrita eða búa til afleidd verk úr þessari rafbók í heild eða að hluta. Engan hluta þessarar skýrslu má afrita eða dreifa á nokkurn hátt án skriflegs og undirritaðs leyfis höfundar.

EFNISYFIRLIT

EFNISYFIRLIT 3
INNGANGUR 7
Morgunmatur 8
   1. Kjötætur vöfflur 9
   2. Kjötætur Quiche 11
   3. Bakað egg fyrir kjötætur 13
HAMMORGARAR OG SAMLOKA 14
   4. Chunky Sloppy Joes 15
   5. Flýtileiðir Beikonostaborgarar 16
   6. Gaman á bollu 18
   7. Ostborgari fyrir örbylgjuofn 20
SALAT 21
   8. Léttara staflað taco salat 22
   9. Ófyllt hvítkál 24
   10. Hoisin nautakjötskálbollar 26
NAUTAHAKKAR 29
   11. Lagskipt Spaghetti Casserole 30
   12. Enchilada pottur 32
   13. Grænmetisnautakjöt 34
   14. Pizzapott 36
   15. Shiitake & Cheese hamborgarapott 38
nautahakk CHILI 39
   16. Cincinnati Chili 40
   17. Nautakjöt og pylsupili 42
   18. Zippy Black-Bean Chili 44
   19. Gróft grænmeti og nautakjöt Chili 46
   20. Brauðskál Chili 48
   21. Pasta e Fagioli 50

22. Taco súpa 52

23. Chili Mac 54

24. Nautakjöt og bauna chili 56

SNILLINGUR OG EFTIRLITIR **57**

25. Beeful Pizza Muffins 58

26. Spaghetti sundaes 60

27. Easy Cottage Pie 62

28. Mexíkóskt lasagna 64

29. Slow Cooker Ostadýfa 66

PIZZA **67**

30. Nauta- og sveppapizza 68

31. Kjötbollupizza 72

32. Chicago Style Pizza 76

33. Hollensk ofnpítsa 79

34. Mexíkósk pizza 81

35. Pepperoni Pizza Chili 84

36. Pizzaborgarar 86

37. Fimmtudagskvöldspizza 88

38. Hamborgarapizza 91

39. Bakvegspizza 93

40. Barnavænar pizzur 95

41. Smjörmjólkurpizza 97

42. Worcestershire Pizza 99

43. Pizza Rigatoni 102

44. Pizza í mexíkóskum stíl 104

Kjötbollur **106**

45. Fimmtán mínútna Kjötbollur 107

46. Kjötbollur í tómatsósu 109

47. Kjötbollur 111

48. Matarmikill Spaghetti & Kjötbollur 114

49. Ostar kjötbollur ... 116
50. Kjötbollur & spaghettísósa ... 118
51. Kjötbollur með núðlum í jógúrt ... 120
52. Stracciatelle með kjötbollum ... 122
53. Kjötbollur og ravíólísúpa ... 124
54. Búlgarsk kjötbollusúpa ... 126
55. Kjötbollur og frankfurter ... 128
56. Manhattan kjötbollur ... 130
57. Víetnamskar kjötbollur ... 132
58. Sænskir kjötbollur ... 133
59. Afganskur kofta ... 136
60. Skoskar kjötbollur ... 138
61. Hawaii kjötbollur ... 140
62. Rússneskar kjötbollur ... 142
63. Miðjarðarhafs kjötbollur ... 144
64. Grískar kjötbollur ... 146
65. Auðveldar sænskar kjötbollur ... 148
66. Gana kjötbollupottréttur ... 150
67. Kantónskar kjötbollur ... 152
68. Hátíðarkokteilkjötbollur ... 154
69. Trönuberjakokteil kjötbollur ... 156
70. Vín Kjötbollur ... 158
71. Chuletas ... 160
72. Nafnrétt veislukjötbollur ... 162
73. Heitar kjötbollusamlokur ... 164
74. Kjötbollur-aubergine varahlutir ... 166
75. Kjötbolluhetjusamlokur ... 168
76. Kjötbollur-aubergíns varahlutir ... 170
77. Mexíkósk tortilla kjötbollusúpa ... 172

RAMEN OG PASTA ... 173

78. Hayashi nautahakk karrý 174

79. Ramen núðlupönnu með steik 176

80. Japanskar karrýkúlur 178

81. Mock ramen pott pie 180

82. Ramen núðlupönnu með steik 182

83. Ramen lasagna 184

84. Gerjaðar Sichuan núðlur 186

85. Amerískt nautahakk ramen 189

86. Mung bang núðlupönnu 191

87. Hrært nautahakk Ramen 194

88. Franska ramen panna 196

89. Pastitsio 198

90. Tilbúnar nautakjötsskálar fyrir kóreska máltíð 200

AÐALNÁTTUR 203

91. Laukur Salisbury steikur 204

92. Kjötbrauð í heimagerð 206

93. Cheesy hamborgara franskar 208

94. Bakað gúllas 210

95. Easy Stroganoff 212

96. Allt í einu Pierogi Skillet 214

97. Múrarakrukka Bolognese 216

98. Nautakjöt að grískum stíl með grænmeti 219

99. Nautakjötsfyllt kúrbít 221

100. TexMex pottur 223

NIÐURSTAÐA 225

KYNNING

Ertu að spá í hvað á að gera með nautahakk? Þá ertu kominn á réttan stað. Það eru svo margar leiðir til að elda eitthvað ljúffengt með nautahakk! Þessi bók mun veita þér innblástur með bestu og vinsælustu nautahakkuppskriftunum úr ljúffengum safaríkum hamborgurum, kjötmiklum pasta og lasagna, matarmiklum súpum, huggulegum kjötbötum, nautakjötum mexíkóskum réttum, betra en asískum réttum til að taka með, og fleira!

Ef þú ert að leita að því að borða rétt og líða vel eru þessar hollu nautahakkuppskriftir frábær staður til að byrja!

Morgunmatur

1. **Kjötætur vöfflur**

skammtar: 4 (1 vöffla)

Hráefni:
- 4 aura malaður kjúklingur eða malaður kalkúnn
- 5 egg
- 2 matskeiðar þurr parmesanostur
- 4 aura nautahakk

LEIÐBEININGAR :
a) Setjið nautakjöt og kjúkling í pott og bætið við um 1 - 1-½ bolla af vatni.
b) Setjið pottinn yfir meðalháan hita og látið suðuna koma upp. Lækkið hitann aðeins og eldið í 5-7 mínútur. Færið kjötið í sigti. Látið það kólna í 10 mínútur.
c) Færið örlítið kælt kjötið yfir í matvinnsluvélarskálina. Bætið líka við eggjum og parmesan. Vinnið þar til það er virkilega slétt.
d) Forhitið vöfflujárn. Smyrjið og dreifið ¼ af blöndunni á járn. Eldið vöffluna eins og þú myndir gera í 5-7 mínútur eða þar til þær eru soðnar.
e) Takið vöffluna út og setjið á disk. Kælið í nokkrar mínútur og berið fram. Endurtaktu skrefin og gerðu hinar vöfflurnar.

2. Kjötætur Quiche

skammtar: 8

Hráefni:
- 1 pund nautahakk
- 1 pund nautahakk lifur
- 1 pund nautahakkshjarta
- Smjör eða ghee eða nautatólg eða önnur dýrafita að eigin vali, til að elda eftir þörfum
- Salt eftir smekk
- 6 egg

LEIÐBEININGAR :
a) Taktu 2 tertuplötur (9 tommur) og smyrðu þær létt með smjöri eða ghee.
b) Gakktu úr skugga um að ofninn þinn sé forhitaður í 360 ° F.
c) Bætið nautakjöti, nautalifur, nautahjarta, salti og eggjum í skál og blandið vel saman.
d) Skiptið blöndunni í 2 tertuplöturnar.
e) Bakið kjötbökurnar þar til þær eru stífnar, um það bil 15 til 20 mínútur.
f) Skerið hvern í 4 jafnstóra báta þegar þeir eru tilbúnir og berið fram.

3. Kjötætur bökuð egg

skammtar: 2

Hráefni:
- ½ matskeið saltað smjör
- ½ tsk þurrkuð steinselja
- ¼ tsk möluð reykt paprika
- 2 stór egg
- 3,5 aura nautahakk
- ½ tsk malað kúmen • Salt og pipar eftir smekk
- ¼ bolli rifinn cheddar ostur

LEIÐBEININGAR :
a) Forhitaðu ofninn þinn í 400 ° F.
b) Bætið smjöri í litla ofnfasta pönnu og setjið yfir háan loga og leyfið því að bráðna.
c) Bætið nautakjöti út í og eldið í eina mínútu, hrærið á meðan.
d) Hrærið papriku, salti, pipar, kúmeni og steinselju saman við. Brjótið kjötið þegar það er eldað. Slökktu á hitanum.
e) Leggið kjötblönduna jafnt út um alla pönnuna. Gerðu 2 göt á pönnuna. Götin ættu að vera nógu stór til að egg passi í.
f) Brjóttu hvert egg í hverju holi.
g) Settu pönnu inn í ofn og bakaðu þar til eggin eru soðin eins og þú vilt.

HAMMORGARAR OG SAMLOKA

4. Chunky Sloppy Joes

Þjónar: 8
Eldunartími: 15 mínútur
Hráefni
- 1 pund magurt nautahakk
- 1 lítill kúrbít, saxaður
- 1 lítill laukur, saxaður
- 1 lítill tómatur, saxaður
- 2 bollar létt spaghettísósa
- 8 hamborgarabollur, skiptar

LEIÐBEININGAR

a) Í stórri pönnu, brúnt nautahakk, kúrbít og laukur yfir miðlungs-háum hita í 10 til 12 mínútur, eða þar til nautakjöt er ekki lengur bleikt og kúrbít er mjúkt.

b) Lækkið hitann í miðlungs-lágan og hrærið tómat- og spaghettísósu saman við. Eldið 4 til 5 mínútur til viðbótar, eða þar til það er hitað í gegn.

c) Skeið yfir neðri helminga af bollum, hyljið með bollutoppum og berið fram strax.

5. Flýtileiðir Beikonostaborgarar

Þjónar: 4
Eldunartími: 10 mínútur
Hráefni
- 1-1/4 pund nautahakk
- 1/4 bolli beikonbitar
- 1/2 bolli (2 aura) rifinn Cheddar ostur
- 1/2 tsk salt
- 1/4 tsk svartur pipar
- 1/4 bolli þurrt brauðrasp
- 1/4 bolli vatn
- 4 hamborgarabollur, skiptar

LEIÐBEININGAR
a) Blandið saman öllum hráefnum nema bollunum í stórri skál. Skiptið blöndunni í 4 jafnstóra skammta og búið til 4 kökur.
b) Hitið stóra nonstick pönnu yfir meðalhita og steikið bökunar á pönnu í 6 til 8 mínútur, eða þar til safinn rennur út og snúið öðru hverju. Berið hamborgara fram á bollur.

6. Gaman á bollu

Borðar: 6
Eldunartími: 20 mínútur
Hráefni
- 1-1/2 pund nautahakk
- 2-1/4 bollar spaghettísósa
- 2 tsk ljós púðursykur
- 1 bolli muldar tortilla flögur
- 6 hamborgarabollur

LEIÐBEININGAR
a) Í stórri pönnu, brúnt nautahakk yfir miðlungs-háum hita um 8 mínútur, hrærið af og til; tæmdu umfram vökva af.
b) Hrærið afganginum af hráefninu saman við. Lækkið hitann í lágan og látið malla í 8 til 10 mínútur til viðbótar þar til það er hitað í gegn.
c) Berið fram á hamborgarabollum.

7. Ostborgari fyrir örbylgjuofn

Afrakstur: 4 skammtar

Hráefni
- 1 Bakað bökubotn
- 1 pund nautahakk
- 1 tsk Salt
- ½ tsk Oregano
- ¼ tsk pipar
- ½ bolli Þurrt brauðrasp
- 1 dós (8-oz) tómatsósa
- ¼ bolli Saxaður laukur
- ¼ bolli Hakkað græn paprika
- 1 egg; barinn
- ¼ bolli Mjólk
- ½ teskeið Hver: salt; þurrt sinnep og Worcestershire
- 2 bollar rifinn cheddar ostur

LEIÐBEININGAR

a) Eldið og hrærið kjötið í 2 lítra potti þar til það er brúnt, 5-6 mínútur. Tæmdu.

b) Hrærið salti, oregano, pipar, mola, ½ bolli tómatsósu, lauk og grænum pipar saman við. Breyttu í skorpu. Eldið á miðlungs í 10 mínútur (eða hátt í 7 mínútur.) Bætið mjólk við egg; hrærið kryddi og osti saman við.

c) Setjið á kjötblönduna og eldið á miðlungs hátt í 2 mínútur eða hátt í 1-½ mínútu. Brúnið 3-4 mínútur.

SALÖT

8. Léttara staflað Taco salat

Þjónusta: 12
Eldunartími: 10 mínútur
Undirbúningstími: 5 mínútur

Hráefni
- 1 pund extra magurt nautahakk
- 1 (1,25 aura) pakki þurrt taco krydd
- blanda saman
- 1 höfuð ísbergssalat, saxað (um 8 bollar)
- 3/4 bolli (3 aura) rifinn cheddar ostur með minni fitu
- 1 (16 aura) dós nýrnabaunir, skolaðar og tæmdar
- 2 stórir tómatar, skornir í bita (um það bil 2 bollar)
- 1 (8 aura) poki bakaðar tortilla flögur, muldar
- 1 bolli (8 aura) sætt og kryddað fituskert
- Frönsk salatsósa

LEIÐBEININGAR

a) Í miðlungs pönnu, brúnt nautahakk með taco kryddblöndu, hrærið til að brjóta upp kjötið; tæmdu og kældu.

b) Í stórri glerskál eða annarri framreiðsluskál skaltu setja helminginn af salatinu og síðan helminginn af ostinum, baunum, nautahakkinu og tómötunum. Endurtaktu lögin og settu síðan muldum tortilla flögum yfir.

c) Rétt áður en borið er fram, hellið yfir dressingu og blandið til að **innihalda innihaldsefnin** vel.

9. Ófyllt hvítkál

Hráefni
- 1 kg nautahakk
- 1 stór laukur saxaður
- 1 lítill kálhaus
- 2 bollar af skornum tómötum
- 1 dós tómatpassata
- 1/2 bolli vatn
- 2 hvítlauksgeirar
- 2 tsk salt

LEIÐBEININGAR
a) Eldið nautakjöt og lauk þar til það er brúnt. Bætið restinni af hráefninu út í og látið suðuna koma upp.
b) Látið malla þar til kálið er mjúkt, 30 mínútur.

10. Hoisin nautakjöt salatbollar

Hráefni:
- ¾ pund nautahakk
- 2 tsk maíssterkju
- Kosher salt
- Nýmalaður svartur pipar
- 3 matskeiðar jurtaolía, skipt
- 1 matskeið afhýdd fínt hakkað engifer
- 2 hvítlauksgeirar, smátt saxaðir
- 1 gulrót, afhýdd og söxuð
- 1 (4-eyri) dós sneiddar vatnskastaníuhnetur, tæmdar og skolaðar
- 2 matskeiðar hoisin sósa
- 3 rauðlaukur, hvítir og grænir hlutar aðskildir, þunnar sneiðar
- 8 breiðir ísjakar (eða Bibb) salatblöð, snyrt í snyrtilega hringlaga bolla

LEIÐBEININGAR :

a) Í skál, stráið nautakjötinu yfir maíssterkjunni og smá salti og pipar. Blandið vel saman til að blanda saman.

b) Hitið wok-pönnu yfir meðalháum hita þar til vatnsdregla síast og gufar upp við snertingu. Hellið 2 matskeiðum af olíu út í og hrærið til að húða botninn á wokinu. Bætið nautakjötinu út í og brúnið á báðum hliðum, hrærið síðan og snúið við og skiptið nautakjötinu í mola og kekki í 3 til 4 mínútur, þar til nautakjötið er ekki lengur bleikt. Færið nautakjötið yfir í hreina skál og setjið til hliðar.

c) Þurrkaðu wokið hreint og settu það aftur á miðlungshita. Bætið 1 matskeið af olíu sem eftir er út í og hrærið engiferið og hvítlaukinn fljótt með smá salti. Um leið og hvítlaukurinn er ilmandi skaltu henda gulrótinni og vatnskastanunum út í í 2 til 3 mínútur þar til gulrótin verður mjúk. Lækkið hitann í miðlungs, setjið nautakjötið aftur í wokið og blandið saman við hoisinsósuna og kálhvíturnar. Kasta til að sameina, um það bil 45 sekúndur í viðbót.

d) Dreifið út salatblöðunum, 2 á hvern disk, og skiptið nautakjötsblöndunni jafnt á milli salatlaufanna. Skreytið með rauðlauknum og borðið eins og þú myndir gera mjúkt taco.

NAUTAHAKKAR

11. Lagskipt Spaghetti pottur

Borðar: 6
Eldunartími: 32 mínútur
Undirbúningstími: 5 mínútur

Hráefni

- 8 aura ósoðið spaghetti
- 1 punda malað chuck
- 1 lítill laukur, saxaður
- 1 (26 aura) krukku pastasósa með sveppum
- 1/4 bolli smjör
- 1/4 bolli alhliða hveiti
- 1 (12 aura) dós uppgufuð mjólk
- 1/2 bolli rifinn parmesanostur
- 1/4 tsk salt
- 1/4 tsk svartur pipar
- 2 bollar (8 aura) rifinn skarpur Cheddar ostur, skipt

LEIÐBEININGAR

a) 1.Eldið pasta samkvæmt leiðbeiningum á pakkanum; holræsi.
b) 2. Á meðan, eldið nautakjöt og lauk á pönnu við meðalháan hita, hrærið þar til nautakjöt molnar og er ekki lengur bleikt; holræsi. Blandið saman pasta, kjötblöndu og pastasósu í stórri skál; kasta til að sameina. Setja til hliðar.
c) 3.Forhitið ofninn í 400 gráður F. Bræðið smjör í potti yfir meðalhita. Hrærið hveiti út í; elda 1 mínútu. Þeytið mjólk smám saman út í; elda 5 mínútur eða þar til þykknar. Fjarlægðu af hitanum; hrærið parmesanosti, salti og pipar saman við.
d) 4. Hellið helmingnum af spaghettíblöndunni í létt smurt 7- x 11 tommu eldfast mót; hellið ostasósu yfir spagettíið. Stráið 1 bolla Cheddar osti yfir. Toppið með því sem eftir er af

spaghettiblöndunni og stráið 1 bolla af Cheddar osti yfir. Bakið í 15 mínútur eða þar til osturinn bráðnar.

12. Enchilada pottur

Eldunartími: 25 mínútur
Undirbúningstími: 15 mínútur

Hráefni
- 2 punda malað chuck ● 1 laukur, saxaður
- 2 (8 aura) dósir tómatsósa
- 1 (11 aura) dós Mexíkó, tæmd
- 1 (10 aura) dós enchiladasósa
- 1 tsk chili duft
- 1/4 tsk malað kúmen
- 1/2 tsk svartur pipar
- 1/4 tsk salt
- 10 (5 tommu) maístortillur, skiptar
- 2 bollar (8 aura) rifinn Cheddar ostur, skipt

LEIÐBEININGAR

a) 1. Seldið nautakjöt og lauk á stórri pönnu við meðalháan hita, hrærið þar til nautakjöt molnar og er ekki lengur bleikt; holræsi.

b) 2. Forhitið ofninn í 375 gráður F. Hrærið tómatsósu og næstu 6 hráefni í kjötblönduna; látið suðuna koma upp. Lækkið hitann í miðlungs og eldið, án loks, í 5 mínútur, hrærið af og til.

c) 3. Settu helminginn af tortillunum í botninn á smurðu 9- x 13 tommu ofnformi. Skeið helminginn af nautakjötiblöndunni yfir tortillur; stráið 1 bolla osti yfir. Endurtaktu lögin með restinni af tortillunum og nautakjötsblöndunni.

Þjónar: 8

d) 4.Bakið 10 mínútur. Stráið restinni af osti yfir; bakið í 5 mínútur til viðbótar eða þar til osturinn bráðnar. Berið fram með sýrðum rjóma ef vill.

13. <u>Grænmetis nautakjöt pottur</u>

Eldunartími: 24 mínútur

Hráefni

- 8 aura ósoðnar olnbogamakkarónur
- 1-1/4 pund malað kringlótt
- 1 matskeið canola olía
- 1 (16 aura) poki frosið blandað grænmeti, þiðnað
- 1 (10-3/4 aura) dós rjóma af sveppasúpu, óþynnt
- 1 bolli mjólk
- 1/2 tsk þurrkað oregano
- 1/4 tsk malaður svartur pipar
- 1 tsk Worcestershire sósa
- 1 (10-3/4 aura) dós rjóma af sellerísúpu, óþynnt
- 1/2 bolli (2 aura) rifinn beittur Cheddar ostur

LEIÐBEININGAR

a) Eldið pasta samkvæmt leiðbeiningum á pakka. Tæmið og setjið til hliðar.
b) Forhitið ofninn í 425 gráður F.
c) Eldið nautakjöt á stórri pönnu við meðalháan hita, hrærið þar til það molnar og er ekki lengur bleikt; skola af og setja nautakjöt til hliðar.
d) Hitið olíu á sömu pönnu yfir miðlungshita; bætið grænmetinu út í og steikið í 2 mínútur. Hrærið rjóma af sveppasúpu og næstu 4 hráefnum út í.
e) Látið suðuna koma upp, hrærið stöðugt í. Lækkið hitann í miðlungs og eldið í 4 mínútur eða þar til þykknar.

Þjónar: 8

f) Blandið saman pasta, nautakjöti, grænmetisblöndu og sellerísúpu í stórri skál. Setjið blönduna með skeið í létt smurt 9- x 13 tommu eldfast mót. Stráið osti yfir.
g) Bakið, án loks, í 10 mínútur eða þar til osturinn er bráðinn.

14. Pizzupott

Eldunartími: 22 mínútur

Hráefni

- 1 pund magurt nautahakk
- 1 (14,5 aura) dós tómatar í teningum með basil, hvítlauk og oregano
- 1 (10 aura) ílát í kæli pizzaskorpu
- 2 bollar (8 aura) rifinn mozzarella ostur, skipt
- 1/4 bolli rifinn parmesanostur

LEIÐBEININGAR

a) 1.Forhitaðu ofninn í 425 gráður F. Húðaðu 9- x 13 tommu ofnform með eldunarúða.
b) 2. Brúnið nautahakkið á miðlungs pönnu yfir miðlungsháum hita, hrærið og molið nautakjötið þar til ekkert bleikt er eftir; holræsi.
c) 3.Bætið tómötum við nautakjöt; eldið þar til það er hitað í gegn.
d) 4. Á meðan, rúllaðu upp pizzuskorpu; þrýstið yfir botninn og hálfa hliðina á tilbúnu bökunarformi. Stráið 1 bolla mozzarellaosti yfir skorpuna og toppið með kjötblöndunni.
e) 5. Bakið ólokið í 12 mínútur. Toppið með 1 bolla mozzarellaosti sem eftir er og stráið parmesanosti yfir. Bakið í 5 mínútur, eða þar til skorpan er gullin og osturinn bráðinn. Skerið í ferninga og berið fram.

Þjónar: 8

15. Shiitake & Cheese hamborgarapott

GERÐIR: 6
Heildartími: 20 mínútur

Hráefni
- 1 pund nautahakk (80/20)
- 4 únsur. Shiitake sveppir, skornir í sneiðar
- 1/2 bolli möndlumjöl
- 3 bollar saxað blómkál • 1 matskeið Chia fræ
- 1/2 tsk hvítlauksduft
- 1/2 tsk Laukurduft
- Tómatsósa
- 1 matskeið Dijon sinnep
- 2 matskeiðar majónes
- 4 únsur. Cheddar ostur
- Salt og pipar eftir smekk

LEIÐBEININGAR
a) Forhitið ofninn í 350 gráður Fahrenheit.
b) Í stórri hrærivélarskál skaltu sameina öll hráefnin og helminginn af cheddarostinum.
c) Hellið blöndunni í bökunarpappírsklædda 9x9 bökunarform. Stráið þá helmingnum sem eftir er af cheddarostinum ofan á.
d) Bakið í 20 mínútur á efstu grind.
e) Berið fram með viðbótaráleggi eftir að hafa verið sneið.

NAUTAHAKK CHILI

16. Cincinnati Chili

Þjónar: 4
Eldunartími: 36 mínútur

Hráefni

- 1 pund magurt nautahakk
- 1 lítill laukur, saxaður
- 1 matskeið ósykrað kakó
- 2 tsk chili duft
- 1/2 tsk malaður rauður pipar
- 1/4 tsk malað pipar
- 1/4 tsk malaður kanill
- 1 (28 aura) dós muldir tómatar
- 1 (6 aura) dós tómatmauk
- 1/4 bolli vatn
- 1 matskeið sykur
- 1/2 tsk salt

LEIÐBEININGAR

a) Í stórum potti eða súpupotti, brúnið nautakjöt með lauk yfir miðlungs hita í 6 til 8 mínútur, eða þar til ekkert bleikt er eftir í kjötinu.
b) Tæmið umfram vökva af og setjið pottinn aftur á eldavélina og bætið við afganginum af hráefninu; blandið vel saman.
c) Látið suðuna koma upp, lækkið hitann í lágan og látið malla í 30 mínútur, hrærið af og til.

17. Nautakjöt og pylsupili

Þjónar: 8
Eldunartími: 50 mínútur

Hráefni
- 2-1/2 pund magurt nautahakk
- 1-1/2 pund ítalsk pylsa, hlíf fjarlægð
- 2 stórir laukar, saxaðir
- 2 hvítlauksrif, söxuð
- 2 dósir (15-1/2 aura hvor) dökkrauðar nýrnabaunir, ótæmdar
- 1 dós (28 aura) niðursoðnir tómatar
- 1/4 bolli chili duft
- 1 tsk malað kúmen
- 1 tsk salt
- 1/2 tsk svartur pipar

LEIÐBEININGAR

a) Brúnið nautahakk, pylsu, lauk og hvítlauk í súpupotti yfir háum hita í 20 til 25 mínútur, hrærið oft.

b) Bætið við afganginum af hráefninu; blandið vel saman og látið suðuna koma upp. Lækkið hitann í miðlungs-lágan og látið malla í 30 mínútur, hrærið af og til.

18. Zippy Black-Bean Chili

Gerir: 4 bollar
Eldunartími: 16 mínútur
Undirbúningstími: 3 mínútur

Hráefni
- 1/4 pund nautahakk
- 1 matskeið chiliduft
- 1 (19-únsu) dós svartar baunir, skolaðar og tæmdar
- 1 (14-1/2-únsa) dós muldir tómatar, ótæmdir
- 1 (8 aura) krukku heitt salsa
- Rifinn Cheddar ostur

LEIÐBEININGAR

a) Eldið nautahakk á stórri pönnu við meðalháan hita, hrærið þar til það molnar og er ekki lengur bleikt; tæmdu vel. Bæta við chili dufti; eldið í 3 mínútur, hrærið stöðugt í.

b) Bæta við svörtum baunum, tómötum og salsa; látið suðuna koma upp. Lokið, lækkið hitann og látið malla í 5 mínútur, hrærið stöðugt í. Stráið hvern skammt með osti.

19. Gróft grænmeti og nautakjöt Chili

Þjónar: 4
Eldunartími: 1 klst
Hráefni
- 2 pund nautahakk
- 1 laukur, saxaður
- 1 (28 aura) dós muldir tómatar
- 1 (16 aura) dós pinto baunir, ótæmdar
- 1/2 bolli vatn
- 2 matskeiðar hunang
- 2 stórir kúrbítar, gróft saxaðir
- 2 rauðar paprikur, gróft saxaðar
- 3 matskeiðar chili duft
- 1-1/2 tsk salt
- 3/4 tsk svartur pipar

LEIÐBEININGAR
a) Í 6-litra súpupotti, brúnið nautakjötið og laukinn yfir miðlungsháum hita í 5 til 6 mínútur, eða þar til ekkert bleikt er eftir í nautakjötinu; tæmdu umfram vökvann af.
b) Bætið við afganginum af hráefninu; blandið vel saman, lokið og látið suðuna koma upp. Lækkið hitann í lágan og látið malla í 45 til 50 mínútur til viðbótar, eða þar til grænmetið er mjúkt, hrærið af og til.

20. Brauðskál Chili

Þjónar: 8
Eldunartími: 40 mínútur

Hráefni

- 2 pund nautahakk
- 1 tsk hakkaður hvítlaukur
- 1 (28 aura) dós muldir tómatar
- 2 (15 aura) dósir rauðar nýrnabaunir, ótæmdar
- 1-eyri umslag lauksúpu blanda
- 3 matskeiðar chiliduft
- 8 Kaiser rúllur

LEIÐBEININGAR

a) Í stórum potti skaltu sameina nautahakk og hvítlauk yfir miðlungs háum hita og brúna 10 mínútur.

b) Bætið við muldum tómötum, nýrnabaunum, lauksúpublöndu og chilidufti; blandið vel saman og látið suðuna koma upp, hrærið oft. Lækkið hitann í lágan og látið malla í 30 mínútur.

c) Á meðan skaltu skera 1-1/2 tommu hring ofan af hverri rúllu og fjarlægja brauðhringi. Geymið hringi til að bera fram með chili til að dýfa. Holu rúllur, skildu eftir 1/2 tommu af brauði um hliðarnar, búðu til skálar.

d) Setjið brauðskálar á diska og hellið chili í þær, látið chili flæða yfir.

21. Pasta e Fagioli

Skammtar: 10

Hráefni:
- 1 ½ pund nautahakk
- 2 saxaðir laukar
- ½ tsk rauð piparflögur
- 3 matskeiðar ólífuolía
- 4 saxaðir sellerístilkar
- 2 söxuð hvítlauksrif
- 5 bollar kjúklingasoð
- 1 bolli tómatsósa
- 3 matskeiðar tómatmauk
- 2 tsk oregano
- 1 tsk basil
- Salt og pipar eftir smekk
- 1 15 únsur. dós cannellini baunir
- 2 bollar soðið lítið ítalskt pasta

LEIÐBEININGAR :
a) Brúnið kjötið í stórum potti í 5 mínútur, eða þar til það er ekki lengur bleikt. Fjarlægðu úr jöfnunni.
b) Hitið ólífuolíuna á stórri pönnu og eldið laukinn, selleríið og hvítlaukinn í 5 mínútur.
c) Bætið seyði, tómatsósu, tómatmauki, salti, pipar, basilíku og rauðum piparflögum saman við og hrærið saman.
d) Setjið lokið á pottinn. Síðan á að láta súpuna malla í 1 klst.
e) Bætið nautakjöti út í og eldið í 15 mínútur í viðbót.
f) Bætið baununum út í og hrærið til að blanda saman. Eftir það, eldið í 5 mínútur við lágan hita.

g) Hrærið soðnu pastanu saman við og eldið í 3 mínútur, eða þar til það er heitt í gegn.

22. Taco súpa

Þjónar: 4

Hráefni:
- 1 pund nautahakk
- 1 matskeiðar ólífuolía
- 1 meðalstór laukur, saxaður
- 2 pakkar taco krydd
- 2 (15 oz.) dósir skornir tómatar og pipar
- 2 bollar kjúklingasoð
- 1 (15 oz.) dós svartar baunir
- 1 (15 oz.) dós maískorn
- 1 (15 oz.) dós Great Northern baunir
- Salt og svartur pipar eftir smekk .
- Ferskur sítrónusafi
- Tortilla ræmur
- Rifinn Monterey Jack ostur
- Tómatar í bita
- Niðurskorið avókadó
- Saxaður ferskur kóríander

LEIÐBEININGAR
a) Eldið nautakjöt í miðlungs potti við meðalhita í 10 mínútur og hrærið af og til þar til það er brúnt. Setjið nautakjöt á disk og setjið til hliðar.
b) Hitið ólífuolíu í potti og steikið laukinn í 3 mínútur eða þar til hann er meyr.
c) Setjið nautakjötið aftur í pottinn og bætið við afganginum af hráefninu nema áleggi. Látið suðuna koma upp og látið malla í 10 mínútur eða þar til súpan þykknar aðeins. Stilltu bragðið með salti og svörtum pipar.
d) Skerið súpu í skálar og bætið áleggi við.

23. Chili Mac

Þjónar: 4

Hráefni:
- 1 pund nautahakk
- Salt og svartur pipar eftir smekk
- ½ bolli saxaður laukur
- 1 tsk hakkaður hvítlaukur
- 1 (14 oz.) dós dökkrauðar nýrnabaunir, tæmd og skoluð
- 1 (15 oz.) dós sneiddir tómatar og pipar
- 1 (8 oz.) dós tómatsósa
- ½ bolli þurrkaðar makkarónur
- ½ bolli vatn
- 1 matskeiðar chili duft
- ½ tsk kúmenduft
- 1 bolli rifinn cheddar ostur
- Hakkað fersk steinselja til skrauts

LEIÐBEININGAR

a) Bætið nautakjöti í meðalstóran pott sem festist ekki og eldið í 10 mínútur eða þar til það er brúnt. Kryddið með salti og svörtum pipar.

b) Hrærið lauk og hvítlauk út í; eldið í 3 mínútur eða þar til laukurinn er mjúkur.

c) Hellið afganginum af hráefninu út í nema steinselju og cheddarost. Látið suðuna koma upp og látið malla í 15 til 20 mínútur eða þar til makkarónurnar eru al dente. Stilltu bragðið með salti og svörtum pipar.

d) Stráið cheddar osti yfir, setjið lok á pottinn og látið malla í 1 til 2 mínútur eða þar til osturinn bráðnar.

e) Berið fram mat og berið fram heitt.

24. Nautakjöt og bauna chili

Hráefni:

- ½ bolli niðursoðnar svartar eða pinto baunir, skolaðar og tæmdar
- ½ bolli (um 3 oz.) soðið nautahakk
- ½ bolli hágæða salsa
- 1 tsk skorinn laukur í þunnar sneiðar
- ¼ teskeið kosher salt
- 1 tsk fínt skorin fersk kóríanderlauf
- Um 6 tortilla flögur
- 1 tsk guacamole, til að bera fram
- 1 tsk sýrður rjómi, til að bera fram

LEIÐBEININGAR

a) Í lítilli skál, hrærið saman baununum, nautahakkinu, salsa, lauknum og salti og hellið í 12-oz. mál.

b) Lokið og örbylgjuofnið þar til það er heitt, um 2 mínútur. 3. Stráið kóríander yfir og stingið flögum í kringum brúnirnar.

c) Berið fram með guacamole og sýrðum rjóma.

SNILLINGAR OG EFTIRLITIR

25. Beeful Pizza Muffins

Gerir: 12 mini pizzur
Eldunartími: 25 mínútur

Hráefni
- 1 pund nautahakk
- 1 lítill laukur, saxaður
- 1/2 tsk hvítlauksduft
- 1/2 tsk salt
- 1/4 tsk svartur pipar
- 1-1/2 bollar spaghettísósa
- 6 enskar muffins, skipt
- 1 bolli (4 aura) rifinn mozzarella ostur með minni fitu

LEIÐBEININGAR
a) Forhitaðu ofninn í 400 gráður F.
b) Í stórri pönnu, steikið nautahakk, lauk, hvítlauksduft, salt og pipar við háan hita í 8 til 10 mínútur, eða þar til nautakjöt er brúnt; tæmdu vökvann og hrærðu svo spaghettísósu saman við.
c) Opnaðu ensku muffins og settu helmingana á bökunarplötu; baka 6 til 8 mínútur, eða þar til létt ristað. Takið muffins úr ofninum og setjið nautakjötblönduna jafnt yfir þær. Stráið mozzarellaosti jafnt yfir nautakjötið.
d) Bakið muffins í 7 til 8 mínútur til viðbótar, eða þar til þær eru orðnar í gegn og osturinn er bráðinn.

26. Spaghetti sundaes

Þjónar: 8
Eldunartími: 45 mínútur

Hráefni

- 1 pund ósoðið spaghetti
- 1 (16 aura) krukku spaghettísósa • 3/4 pund nautahakk
- 1/3 bolli brauðrasp að ítölskum stíl
- 1 egg
- 1/2 tsk salt
- 1/4 tsk pipar

LEIÐBEININGAR

a) Forhitaðu ofninn í 350 gráður F.
b) Eldið spaghetti samkvæmt leiðbeiningum á pakka.
c) Hitið spaghettísósu í meðalstórum potti við vægan hita þar til hún er í gegn.
d) Á meðan, í stórri skál, blandið kjötbollum saman. Innihald : nautahakk, brauðrasp, egg, salt og pipar; blandið vel saman. Mótaðu í 8 kjötbollur og bakaðu á stórri röndóttri kökuplötu sem hefur verið húðuð með matreiðsluúða í 20 til 25 mínútur.
e) Kastaðu spaghetti í sósu þar til það er jafnt húðað og settu í sundae glös. Toppið hverja með kjötbollu og berið fram.

27. Easy Cottage Pie

Þjónar: 4
Eldunartími: 25 mínútur
Hráefni
- 6 matskeiðar smjör, skipt
- 1 bolli hægeldaður laukur
- 1-1/2 pund magurt nautahakk
- Salt og svartur pipar eftir smekk
- 1 bolli (8 aura) brúnt sósu í dós eða á flöskum
- 2 bollar kartöflumús

LEIÐBEININGAR

a) Forhitaðu ofninn í 400 gráður F.

b) Hitið 4 matskeiðar smjör á stórri pönnu. Bætið lauknum út í og eldið, hrærið oft, þar til hann er léttbrúnn. Bætið nautakjöti, salti og pipar út í og eldið í 5 mínútur. Hrærið sósu út í og hitið þar til það er freyðandi.

c) Setjið blönduna með skeið í smurt 2 lítra eldfast mót.

d) Dreifið kartöflumús yfir kjötið og dreifið bitum af smjöri sem eftir er.

e) Bakið í 15 til 20 mínútur eða þar til kartöflurnar eru léttbrúnar.

28. Mexíkóskt lasagna rúlla

Þjónar: 8
Eldunartími: 50 mínútur

Hráefni
- 8 ósoðnar lasagna núðlur
- 3 bollar salsa, skipt
- 1 pund nautahakk
- 1 (1,25 aura) pakki taco kryddblanda
- 1 bolli (4 aura) rifinn Monterey Jack ostur
- 1 bolli (1/2 pint) sýrður rjómi
- 1 (2,25 aura) dós sneiðar svartar ólífur, tæmd (1/2 bolli)

LEIÐBEININGAR

a) Forhitaðu ofninn í 350 gráður F. Húðaðu 9- x 13 tommu ofnform með eldunarúða.

b) Eldið lasagna núðlur samkvæmt leiðbeiningum á pakkanum; tæmdu og settu til hliðar. Dreifið 1 bolli salsa á botninn á tilbúnu bökunarformi; setja til hliðar.

c) Í miðlungs pönnu, brúnt nautahakk yfir miðlungs-háan hita um 10 mínútur; tæmdu umfram vökva. Hrærið taco kryddblöndunni saman við og 1 bolli salsa.

d) Skerið hverja núðlu í tvennt, dreifið hverri helmingi með 2 msk nautakjötiblöndu og rúllið upp. Setjið lasagnarúllur í eldfast mót. Hellið afganginum af 1 bolli salsa yfir rúllurnar og stráið osti yfir. Hyljið lauslega með álpappír og bakið í 22 til 25 mínútur, eða þar til osturinn er bráðinn.

e) Áður en borið er fram skaltu skeiða 1 matskeið sýrðum rjóma á hverja rúllu og stráið sneiðum svörtum ólífum yfir.

29. Slow Cooker Cheese Dip

Þjónar: 4

Hráefni:
- 1 pund nautahakk
- ½ pund krydduð svínapylsa
- 2 pund teningur Velveeta
- 2 (10 oz.) dósir skornir tómatar og pipar
- Salt eftir smekk

LEIÐBEININGAR

a) Eldið nautakjöt og pylsur á pönnu við meðalhita í 10 mínútur eða þar til brúnt.
b) Bætið blöndunni og afganginum af hráefninu í hægan eldavél. Kryddið með salti.
c) Lokaðu eldavélinni og eldaðu á HIGH í 4 klukkustundir eða LOW í 8 klukkustundir.
d) Opnaðu lokið, hrærið vel og ídýfu í fat.
e) Njóttu þess heitt með grænmetisstöngum, tortillustrimlum o.fl.

PIZSA

30. Nauta- og sveppapizzu

Hráefni

- Alhliða hveiti til að rykhreinsa pizzuhýðina eða nonstick sprey til að smyrja pizzubakkann
- 1 heimabakað deig
- 1 matskeið ósaltað smjör
- 1 lítill gulur laukur, saxaður (um 1/2 bolli)
- 5 aura cremini eða hvítir hnappasveppir, þunnar sneiðar (um 11/2 bollar)
- 8 aura (1/2 pund) magurt nautahakk
- 2 matskeiðar þurrt sherry, þurrt vermút eða þurrt hvítvín
- 1 matskeið söxuð steinseljublöð
- 2 tsk Worcestershire sósa
- 1 tsk stilkuð timjanblöð
- 1 tsk söxuð salvíublöð
- 1/2 tsk salt
- 1/2 tsk nýmalaður svartur pipar
- 2 matskeiðar steikarsósa á flöskum
- 6 aura cheddar, rifinn

LEIÐBEININGAR

a) Nýtt deig á pizzasteini. Dustaðu pizzuhýði með hveiti og settu deigið í miðju þess. Myndaðu deigið í stóran hring með því að dæla því með fingurgómunum.

b) Nýtt deig á pizzasteini. Dustið pizzuhýði með hveiti. Settu deigið á það og notaðu fingurgómana til að dæla deigið í stóran hring. Taktu deigið upp við brún þess og snúðu því í höndunum þar til það er hringur um 14 tommur í þvermál. Settu mótaða deigið með hveitihliðinni niður á hýðið.

c) Nýtt deig á pizzubakka. Smyrjið annað hvort með nonstick spreyi. Leggðu deigið á bakkann eða bökunarplötuna og dýfðu það með fingurgómunum - togaðu síðan og þrýstu því þar til það myndar 14 tommu hring á plötunni eða óreglulegan 12 × 7 tommu ferhyrning á bökunarplötunni.

d) Bökuð skorpa. Settu það á pizzuhýði ef þú notar pizzustein - eða settu bökuðu skorpuna beint á pizzubakka.

e) Bræðið smjörið í stórri pönnu yfir meðalhita. Bætið lauknum við, hrærið oft, þar til það er mjúkt, um það bil 2 mínútur.

f) Bætið sveppunum út í. Haltu áfram að elda, hrærið af og til, þar til þeir mýkjast, gefa frá sér vökva og hann gufar upp í gljáa, um það bil 5 mínútur.

g) Hrærið í nautahakkinu, hrærið af og til, þar til það er vel brúnt og eldað í gegnum, um það bil 4 mínútur.

h) Hrærið sherryinu eða steinseljunni í staðinn, Worcestershire sósa, timjan, salvía, salt og pipar. Haltu áfram að elda, hrærið stöðugt, þar til pönnuna er aftur þurr. Setjið til hliðar af hitanum.

i) Dreifðu steikarsósunni jafnt yfir skorpuna og skildu eftir 1/2 tommu brún við brúnina. Toppið með rifnum cheddar, haltu brúninni hreinum.

j) Skeið og dreifið nautahakkblöndunni jafnt yfir ostinn. Renndu svo pizzunni af hýðinu yfir á heitan steininn — eða settu bökuna á pizzubakkann eða hveitiplötuna annað hvort í ofninum eða yfir óhitaðan hluta grillristarinnar.

k) Bakið eða grillið með lokinu lokað þar til osturinn er farinn að freyða og skorpan er brún í brún og nokkuð þétt viðkomu, 16 til 18 mínútur. Gakktu úr skugga um að þú skellir öllum loftbólum sem myndast á fersku deigi, sérstaklega á kantinum og sérstaklega á fyrstu 10 mínútum bakstursins.

l) Renndu hýðinu aftur undir skorpuna, passaðu þig á að losna ekki úr álegginu og leggðu síðan til hliðar í 5 mínútur — eða settu pizzuna á pizzubakkann á vírgrind í sama tíma áður en hún er skorin í sneiðar og borin fram. Vegna þess að áleggið er sérstaklega þungt getur verið að það sé ekki hægt fjarlægðu pizzuna auðveldlega af hýðinu, plötunni eða bökunarplötunni áður en hún er skorin í sneiðar.

31. Kjötbollupizza

Hráefni

- 1 heimabakað deig
- 8 aura magurt nautahakk
- 1/4 bolli saxuð steinseljublöð
- 2 matskeiðar venjulegir þurrkaðir brauðrasp
- 1/2 eyri Asiago, Grana Padano, fínt rifinn
- 2 tsk hakkað oregano lauf
- 1/2 tsk fennelfræ
- 1/4 tsk salt
- 1/4 tsk nýmalaður svartur pipar
- 5 hvítlauksrif, söxuð
- 1 matskeið ólífuolía
- 1 lítill gulur laukur, saxaður
- 14 aura dós muldir tómatar
- 1 tsk stilkuð timjanblöð
- 1/4 tsk rifinn eða malaður múskat
- 1/4 tsk malaður negull
- 1/4 tsk rauðar piparflögur
- 6 aura mozzarella, rifið niður
- 2 aura Parmigiana, rakað í þunnar ræmur

LEIÐBEININGAR

a) Nýtt deig á pizzasteini. Dustið hveiti á pizzuhýði, setjið deigið í miðju þess og mótið deigið í stóran hring með því að dæla því með fingurgómunum. Taktu það upp og mótaðu það með því að halda í brúnina og snúa því, allt á meðan að teygja

það varlega, þar til það er um 14 tommur í þvermál. Settu
það með hveiti með hliðinni niður á hýðið.

b) Nýtt deig á pizzubakka. Berið smá ólífuolíu á
pappírshandklæði og smyrjið bakkann. Leggðu deigið í
miðjuna og dældu deigið með fingurgómunum þar til það er
flattaður hringur — togaðu síðan og þrýstu því þar til það
myndar 14 tommu hring á plötunni eða óreglulegan 12 × 7
tommu ferhyrning á bökunarplötunni.

c) Settu það á hveitistráða pizzuhýði ef þú notar pizzastein —
eða settu bökuðu skorpuna á smurða pizzubakka.

d) Blandið nautahakkinu, steinselju, brauðmylsnu, rifnum osti,
oregano, fennelfræjum, 1/2 tsk af salti, 1/2 tsk af pipar
og 1 söxuðum hvítlauksrif saman í stóra skál þar til það
hefur blandast vel saman. Myndaðu í 10 kjötbollur, notaðu
um það bil 2 matskeiðar af blöndunni fyrir hverja.

e) Hitið ólífuolíuna í stórum potti yfir meðalhita. Bætið
lauknum saman við og 4 hakkað hvítlauksrif sem eftir eru,
eldið, hrærið oft, þar til það er mjúkt, um það bil 3 mínútur.

f) Hrærið söxuðum tómötum, timjani, múskati, negul, rauðum
piparflögum saman við, 1/4 tsk salt sem eftir er og 1/4
tsk pipar sem eftir er. Bætið kjötbollunum út í og látið
suðuna koma upp.

g) Lækkið hitann í lágan og látið malla, án loks, þar til sósan
hefur þykknað og kjötbollurnar eru soðnar í gegn, um 20
mínútur. Kældu við stofuhita í 20 mínútur.

h) Dreifið rifnum mozzarella yfir tilbúna skorpuna og skilið
eftir 1/2 tommu brún við brúnina. Takið kjötbollurnar úr
tómatsósunni og setjið þær til hliðar. Skeið og dreifið
tómatsósunni yfir ostinn, passið að halda kantinum óskertum.

i) Skerið hverja kjötbollu í tvennt og leggið helmingana með skurðhliðinni niður um alla bökuna. Toppið með hægelduðum papriku og síðan rakaðri Parmigiana. Renndu pizzunni af hýðinu yfir á heitan steininn eða settu pizzuna á bakkann eða bökunarplötu annað hvort í ofninum eða yfir óhitaðan hluta grillristarinnar.

j) Bakið eða grillið með lokinu lokað þar til sósan er að freyða og skorpan er orðin gullinbrún, 16 til 18 mínútur. Renndu hýðinu aftur undir skorpuna til að fjarlægja það af heitan stein eða færið bökuna á bakkann yfir á vírgrind. Kælið í 5 mínútur áður en það er skorið í sneiðar.

32. Chicago stíl pizza

Hráefni

- 1 bolli pizzasósa
- 12 únsur. Rifinn mozzarella ostur
- 1/2 pund nautahakk, mulið, soðið
- 1/4 pund ítölsk pylsa, mulin, soðin
- 1/4 lb. Svínapylsa, mulin, soðin
- 1/2 bolli Pepperoni, í teningum
- 1/2 bolli kanadískt beikon, skorið í teninga
- 1/2 bolli Skinka, í teningum
- 1/4 pund Sveppir, sneiddir
- 1 lítill laukur, sneiddur
- 1 græn paprika, fræhreinsuð, skorin í sneiðar
- 2 únsur. Rifinn parmesanostur

LEIÐBEININGAR

a) Fyrir deigið, stráið ger og sykri í heitt vatn í lítilli skál látið standa þar til froðukennt, um það bil 5 mínútur.

b) Blandið saman hveiti, maísmjöli, olíu og salti í stórri skál, búið til holu í miðjunni og bætið gerblöndunni saman við. Hrærið til að mynda mjúkt deig, bætið við meira hveiti ef þarf. Setjið á hveitistráð borð og hnoðið þar til deigið er mjúkt og teygjanlegt, 7 til 10 mínútur. Færið yfir í stóra skál, hyljið og látið hefast á heitum stað þar til deigið hefur tvöfaldast, um 1 klukkustund. Kýla niður.

c) Rúllið deigið í 13-tommu hring. Flyttu yfir á olíuberaða 12-tommu pizzupönnu, brjótið umframmagnið yfir til að mynda litla brún. Smyrjið með pizzasósu og stráið öllu yfir nema

handfylli af mozzarella ostinum. Stráið kjöti og grænmeti yfir. Toppið með afganginum af mozzarella og parmesanosti. Látið hefast á heitum stað í um 25 mínútur.
d) Hitið ofninn í 475 gráður. Bakið pizzu þar til skorpan er gullin, um 25 mínútur. Látið standa í 5 mínútur áður en það er skorið í sneiðar.

33. Hollensk ofnpizza

Hráefni

- 2 pk. hálfmáni rúlla
- 1 krukku pizzasósa
- 1 1/2 pund nautahakk
- 8oz rifinn cheddar ostur
- 8oz rifinn mozzarella ostur
- 4oz pepperoni
- 2 tsk oregano
- 1 tsk hvítlauksduft
- 1 tsk laukduft

LEIÐBEININGAR

a) Brúnið nautahakk, holræsi. Klæðið hollenskan ofn með 1 stk. hálfmáni rúlla. Smyrjið pizzasósu á deigið.
b) Bætið við nautahakk, pepperoni og stráið oregano, hvítlauksdufti og laukdufti yfir. Bætið við ostum og notið annað pakk. hálfmánarrúllur til að mynda toppskorpu.
c) Bakið í 30 mínútur við 350 gráður. Annað eins og niðurskorinn grænn pipar, saxaður

34. Mexikósk pizza

Hráefni

- 1/2 pund nautahakk
- 1/2 tsk salt
- 1/4 tsk þurrkaður hakkaður laukur
- 1/4 tsk paprika
- 1-1/2 tsk chiliduft
- 2 matskeiðar vatn
- 8 litlar (6-tommu þvermál) hveiti tortillur
- 1 bolli Crisco-styttur eða matarolía
- 1 (16 oz.) dós frystar baunir
- 1/3 bolli niðurskorinn tómatur
- 2/3 bolli mild picante salsa
- 1 bolli rifinn cheddar ostur
- 1 bolli rifinn Monterey Jack ostur
- 1/4 bolli saxaður grænn laukur
- 1/4 bolli sneiðar svartar ólífur

LEIÐBEININGAR

a) Eldið nautahakkið við miðlungshita þar til það er brúnt og hellið síðan umframfitunni af pönnunni. Bætið salti, lauk, papriku, chilidufti og vatni út í og látið malla við meðalhita í um það bil 10 mínútur. Hrærið oft.

b) Hitið olíu eða Crisco-stytt á pönnu við meðalháan hita. Ef olía byrjar að reykja er hún of heit. Þegar olían er orðin heit, steikið hverja tortillu í um 30-45 sekúndur á hlið og setjið til hliðar á pappírshandklæði.

c) Þegar hver tortilla er steikt, vertu viss um að skjóta allar loftbólur sem myndast þannig að tortilla leggist flatt í olíu. Tortillur ættu að verða gullbrúnar. Hitið refried baunir á lítilli pönnu yfir eldavélinni eða í örbylgjuofni.
d) Forhitið ofninn í 400F. Þegar kjötið og tortillurnar eru tilbúnar skaltu stafla hverri pizzu með því að dreifa fyrst um 1/3 bolla af frystum baunum á andlit einni tortillu. Dreifið næst 1/4 til 1/3 bolla af kjöti, síðan annarri tortilla.
e) Húðaðu pizzurnar þínar með tveimur matskeiðum af salsa á hverja, skiptu síðan tómötunum í sundur og stafaðu þeim ofan á. Skiptið næst ostinum, lauknum og ólífunum í sundur og staflið í þeirri röð.
f) Settu pizzur í heitan ofninn þinn í 8-12 mínútur eða þar til osturinn er bráðinn ofan á. Gerir 4 pizzur.

35. Pepperoni Pizza Chili

Hráefni

- 2 pund nautahakk
- 1 pund heitar ítalskar pylsukenglar
- 1 stór laukur, saxaður
- 1 stór græn paprika, saxuð
- 4 hvítlauksrif, söxuð
- 1 krukka (16 aura) salsa
- 1 dós (16 aura) heitar chili baunir, ótæmdar
- 1 dós (16 aura) nýrnabaunir, skolaðar og tæmdar
- 1 dós (12 aura) pizzasósa
- 1 pakki (8 aura) sneið pepperoni, helmingaður
- 1 bolli vatn
- 2 tsk chili duft
- 1/2 tsk salt
- 1/2 tsk pipar
- 3 bollar (12 únsur) rifinn hluti af undanrennu mozzarellaosti

LEIÐBEININGAR

a) Eldið nautakjötið, pylsuna, laukinn, græna piparinn og hvítlaukinn í hollenskum ofni við meðalhita þar til kjötið er ekki lengur bleikt; hellið af.

b) Hrærið salsa, baunum, pizzasósu, pepperoni, vatni, chilidufti, salti og pipar saman við. Látið suðuna koma upp. Dragðu úr hita; hylja.

36. Pizzuborgarar

Hráefni

- 1 pund nautahakk
- 1/4 saxaðar ólífur
- 1 c cheddar ostur
- 1/2 t hvítlauksduft
- 1 8 únsur. dós tómatsósu
- 1 laukur, skorinn í bita

LEIÐBEININGAR

a) Brúnið kjöt með hvítlauk og lauk.
b) Takið af hitanum og hrærið tómatsósu og ólífum saman við.
c) Setjið í pylsubollur með osti.
d) Vefjið inn í álpappír og bakið í 15 mínútur við 350 gráður.

37. Fimmtudagskvöldspizza

Hráefni

- 10 vökvaoz. volgt vatn
- 3/4 tsk salt
- 3 matskeiðar jurtaolía
- 4 C. alhliða hveiti
- 2 tsk virkt þurrger
- 1 (6 oz.) dós tómatmauk
- 3/4 bolli vatn
- 1 (1,25 oz.) pakki taco kryddblanda, skipt
- 1 tsk chili duft
- 1/2 tsk cayenne pipar
- 1 (16 oz.) dós fitulausar frystar baunir
- 1/3 bolli salsa
- 1/4 bolli saxaður laukur
- 1/2 pund nautahakk
- 4 C. rifinn Cheddar ostur

LEIÐBEININGAR

a) Í brauðvélinni skaltu bæta vatni, salti, olíu, hveiti og ger í þeirri röð sem framleiðandinn mælir með.
b) Veldu deighringinn.
c) Athugaðu deigið eftir nokkrar mínútur.
d) Ef það er of þurrt og blandast ekki hægt, bætið þá vatni við 1 msk í einu, þar til það er að blandast og hefur fallega mjúkt deigið.
e) Á meðan, í lítilli skál, blandið saman tómatmaukinu, 3/4 af pakkanum af taco kryddblöndunni, cayenne pipar, chilidufti og vatni.

f) Í annarri skál blandið saman salsa, refried baunir og lauk.
g) Hitið stóra pönnu og eldið nautahakkið þar til það er alveg brúnt.
h) Tæmið umframfeiti af pönnunni.
i) Bætið 1/4 pakkanum sem eftir er af tacokryddinu út í og lítið magn af vatni og látið malla í nokkrar mínútur.
j) Takið allt af hitanum.
k) Stilltu ofninn þinn á 400 gráður F áður en þú heldur áfram.
l) Eftir að deighringnum er lokið skaltu fjarlægja deigið úr vélinni.
m) Skiptið deiginu í 2 hluta og setjið í tvær 12 tommu pönnur.
n) Dreifið lagi af baunablöndunni yfir hvert deig og síðan lag af tómatmaukblöndunni, nautablöndunni og cheddarostinum.
o) Eldið allt í ofninum í um 10-15 mínútur, snúið við hálfa bökunartímann.

38. Hamborgarapizza

Hráefni

-
-
    8 hamborgarabollur, skiptar
    1 pund nautahakk
- 1/3 bolli laukur, saxaður
- 1 (15 oz.) dós pizzasósa
- 1/3 bolli rifinn parmesanostur
- 2 1/4 tsk ítalskt krydd
- 1 tsk hvítlauksduft
- 1/4 tsk laukduft
- 1/8 tsk muldar rauðar piparflögur
- 1 tsk paprika
- 2 C. rifinn mozzarella ostur

LEIÐBEININGAR

a) Stilltu ofninn á broiler og raðaðu ofngrindinni um 6 tommur frá hitaelementinu.
b) Í ofnplötu, raðið bollunum helmingunum, með skorpuhliðinni niður og eldið allt undir grillinu í um það bil 1 mínútu.
c) Stilltu nú ofninn á 350 gráður F.
d) Hitið stóra pönnu á meðalhita og eldið nautakjötið í um það bil 10 mínútur.
e) Tæmið umframfeiti af pönnunni.
f) Hrærið lauknum saman við og hrærið allt í um 5 mínútur.
g) Bætið því sem eftir er nema mozzarella ostinum út í og látið suðuna koma upp.
h) Látið malla, hrærið af og til í 10-15 mínútur.

i) Raðið bollunum á bökunarplötu og toppið þær með nautablöndunni og mozzarellaosti jafnt yfir.
j) Eldið allt í ofninum í um það bil 10 mínútur.

39. Bakvegspizza

Hráefni

- 1 pund nautahakk
-
    1 (10,75 oz.) dós þétt sveppasúpa, óþynnt
- 1 (12 tommu) forbökuð þunn pizzaskorpa
- 1 (8 oz.) pakki rifinn Cheddar ostur

LEIÐBEININGAR

a) Stilltu ofninn þinn á 425 gráður F áður en þú gerir eitthvað annað.
b) Hitið stóra pönnu á meðalhita og eldið nautakjötið þar til það er alveg brúnt.
c) Tæmið umframfeiti af pönnunni.
d) Setjið sveppasúpuna jafnt yfir pizzuskorpuna og toppið með soðnu nautakjöti og síðan ostur.
e) Eldið allt í ofninum í um það bil 15 mínútur.

40. Krakkavænar pizzur

Hráefni

- 1 pund nautahakk
-
-
  1 pund fersk, möluð svínakjötspylsa
  1 laukur, saxaður
- 10 únsur. uninn amerískur ostur, í teningum •
32 únsur. kokteil rúgbrauð

LEIÐBEININGAR

a) Stilltu ofninn þinn á 350 gráður F áður en þú gerir eitthvað annað.
b) Hitið stóra pönnu og eldið pylsurnar og nautakjötið þar til það er alveg brúnt.
c) Bætið lauknum út í og steikið þar til hann er meyr og tæmið umframfeiti af pönnunni.
d) Hrærið unnum ostamatnum saman við og eldið þar til osturinn er bráðinn.
e) Setjið brauðsneiðarnar á kökuplötu og toppið hverja sneið með hrúgaðri skeið af nautakjötsblöndunni.
f) Eldið allt í ofni í um 12-15 mínútur.

41. Smjörmjólkurpizza

Hráefni

- 1 pund nautahakk
-
-
  1/4 pund niðurskorin pepperoni pylsa
  1 (14 oz.) dós pizzasósa
- 2 (12 oz.) pakkar kælt súrmjólk kexdeig
- 1/2 laukur, skorinn í sneiðar og skipt í hringa
- 1 (10 oz.) dós svartar ólífur í sneiðar
- 1 (4,5 oz.) dós sveppir í sneiðum
- 1 1/2 bollar rifinn mozzarellaostur • 1 bolli rifinn Cheddar ostur

LEIÐBEININGAR

a) Stilltu ofninn þinn á 400 gráður F áður en þú gerir eitthvað annað og smyrðu 13x9 tommu bökunarform.
b) Hitið stóra pönnu á meðalháum hita og eldið nautakjötið þar til það er alveg brúnt.
c) Bætið pepperóníinu út í og eldið þar til það er brúnt og hellið umframfeiti af pönnunni.
d) Hrærið pizzusósunni út í og takið allt af hellunni.
e) Skerið hvert kex í fernt og raðið í tilbúið bökunarform.

f) Setjið nautakjötsblönduna jafnt yfir kexið og toppið með lauk, ólífum og sveppum.
g) Eldið allt í ofni í um 20-25 mínútur.

42. <u>Worcestershire pizza</u>

Hráefni

-
-
-
    1/2 pund magurt nautahakk
    1/2 bolli niðurskorið pepperoni
    1 1/4 bollar pizzasósa
- 1 bolli mulinn fetaostur
- 1/2 tsk Worcestershire sósa
- 1/2 tsk heit piparsósa
- salt og malaður svartur pipar eftir smekk
- matreiðslu sprey
- 1 (10 oz.) dós kexdeig í kæli
- 1 eggjarauða
- 1 bolli rifinn mozzarella ostur

LEIÐBEININGAR

a) Stilltu ofninn þinn á 375 gráður F áður en þú gerir eitthvað annað og smyrðu kökuplötu.
b) Hitið stóra pönnu á meðalháum hita og eldið nautakjötið þar til það er alveg brúnt.
c) Tæmið umframfeiti af pönnunni og lækkið hitann í miðlungs.
d) Hrærið pizzusósunni, pepperoni, feta, piparsósu, Worcestershire sósu, salti og pipar saman við og hrærið í um 1 mínútu.
e) Aðskilið kexið og raðið á tilbúna kökuplötu með um það bil 3 tommu millibili.

f) Með botninum á glasi, ýttu á hvert kex til að mynda 4 tommu kringlótt kex með 1/2 tommu brún um ytri brúnina.
g) Í lítilli skál, bætið eggjarauðunni og 1/4 tsk af vatninu saman við og þeytið vel.
h) Setjið um 1/4 bolla af nautakjötsblöndunni í hvern kexbolla og toppið með mozzarella ostinum.
i) Eldið allt í ofni í um 15-20 mínútur.

43. Pizza Rigatoni

Hráefni

- 1 1/2 pund nautahakk
- 1 (8 oz.) pakki rigatoni pasta
- 1 (16 oz.) pakki rifinn mozzarellaostur
- 1 (10,75 oz.) dós þétt rjóma af tómatsúpu
- 2 (14 oz.) krukkur pizzasósa
- 1 (8 oz.) pakki niðurskorin pepperoni pylsa

LEIÐBEININGAR

a) Í stórri pönnu með léttsöltu sjóðandi vatni, eldið pastað í um það bil 8-10 mínútur.
b) Tæmið vel og haldið til hliðar.
c) Á meðan, hitið stóra pönnu á meðalháum hita og eldið nautakjötið þar til það er alveg brúnt.
d) Tæmið umframfeiti af pönnunni.
e) Setjið nautakjötið í hægan eldavél og síðan pasta, ost, súpu, sósu og pepperoni pylsu.
f) Setjið hæga eldavélina á Low og eldið, þakið í um 4 klukkustundir.

44. Pizza í mexíkóskum stíl

Hráefni

- 1 pund nautahakk
- 1 laukur, saxaður
- 2 meðalstórir tómatar, saxaðir
- 1/2 tsk salt og 1/4 tsk pipar
- 2 tsk chiliduft og 1 msk malað kúmen
- 1 (30 oz.) dós frystar baunir
- 14 (12 tommu) hveiti tortillur
- 2 C. sýrður rjómi
- 1 1/4 pund rifinn Colby ostur
- 1 1/2 pund rifinn Monterey Jack ostur
- 2 rauðar paprikur, fræhreinsaðar og þunnar sneiðar
- 4 grænar paprikur, fræhreinsaðar og þunnar sneiðar
- 1 (7 oz.) dós grænt chili í teningum, tæmt og 3 tómatar, saxaðir
- 1 1/2 bolli rifið soðið kjúklingakjöt
- 1/4 bolli smjör, brætt
- 1 (16 oz.) krukku picante sósa

LEIÐBEININGAR

a) Stilltu ofninn þinn á 350 gráður F áður en þú gerir eitthvað annað og smyrðu 15x10 tommu hlauppönnu.
b) Hitið stóra pönnu á meðalhita og eldið nautakjötið þar til það er alveg brúnt.
c) Tæmið umframfeiti af pönnunni.

d) Bætið lauknum og 2 tómötunum út í og eldið þar til þeir eru mjúkir.
e) Hrærið steiktum baunum, chilidufti, kúmeni, salti og pipar saman við og eldið þar til þær eru alveg hitnar.
f) Raðið 6 af tortillunum á tilbúnu pönnu með brúnirnar vel yfir hliðarnar á pönnunni.
g) Dreifið baunablöndunni jafnt yfir tortillurnar, fylgt eftir með helmingnum af sýrða rjómanum, 1/3 af Colby ostinum, 1/3 af Monterey Jack ostinum, 1 matskeið af grænu chili, 1/3 af grænu piparstrimlunum, og 1/3 af rauðum piparstrimlum og 1/3 af söxuðum tómötum.
h) Setjið 4 tortillur yfir áleggið og toppið með afganginum af sýrða rjómanum, fylgt eftir með rifnum kjúklingi, 1/3 af báðum ostum, rauðri og grænni papriku, chili og tómötum.
i) Setjið nú 4 tortillur, fylgt eftir af ostunum, paprikunni, tómötunum, chili og endið með hluta af rifnum osti ofan á.
j) Brjóttu frambrúnirnar inn á við og festu með tannstönglum.
k) Penslið tortilluflöturnar með bræddu smjöri.
l) Eldið allt í ofni í um 35-45 mínútur.
m) Fjarlægðu tannstönglana og haltu til hliðar í að minnsta kosti 5 mínútur áður en þú sneiðir.
n) Berið fram með áleggi af picante sósunni.

KJÖTTBOLTA

45. Fimmtán mínútna Kjötbollur

Afrakstur: 15 kjötbollur
Eldunartími: 15 mínútur

Hráefni
- 1 pund nautahakk
- 3/4 bolli þurrt brauðrasp
- 1/2 bolli vatn
- 1/4 bolli grófsöxuð fersk steinselja
- 1 egg
- 1-1/2 tsk hvítlauksduft
- 1 tsk salt
- 1 tsk svartur pipar
- 1 krukka (28 únsur) spaghettísósa • 1/3 bolli rifinn parmesanostur
- 1 bolli (4 aura) rifinn mozzarella ostur (valfrjálst)

LEIÐBEININGAR

a) Blandið saman nautahakkinu, brauðmylsnu, vatni, steinselju, eggi, hvítlauksdufti, salti og pipar í stóra skál; blandið vel saman.

b) Myndaðu blönduna í 15 kjötbollur og settu í örbylgjuofnþolið 9- x 13 tommu eldfast mót.

c) Blandaðu saman spaghettísósunni og parmesanosti í meðalstórri skál; hellið yfir kjötbollurnar.

d) Setjið plastfilmu yfir og bakið í örbylgjuofn við 70% afl í 12 mínútur, eða þar til kjötbollurnar eru fulleldaðar.

e) Takið plastfilmuna af og stráið mozzarella ostinum yfir ef vill. Örbylgjuofn við 70% afl í 1 til 1-1/2 mínútu til viðbótar, eða þar til osturinn er bráðinn.

46. Kjötbollur í tómatsósu

Þjónar: 4

Hráefni:
- 2 matskeiðar af ólífuolíu
- 8 únsur. nautahakk
- 1 bolli (2 oz.) ferskur hvítur brauðrasp
- 2 matskeiðar rifinn Manchego eða parmesanostur
- 1 matskeið tómatmauk
- 3 hvítlauksgeirar, saxaðir fínt
- 2 laukar, saxaðir fínt
- 2 tsk saxað ferskt timjan
- 1/2 tsk túrmerik
- Salt og pipar, eftir smekk
- 2 bollar (16 oz.) niðursoðnir plómutómatar, saxaðir
- 2 matskeiðar rauðvín
- 2 tsk söxuð fersk basilíkublöð
- 2 tsk saxað ferskt rósmarín

LEIÐBEININGAR:
a) Blandið nautakjöti, brauðmylsnu, osti, tómatmauki, hvítlauk, lauk, eggi, timjani, túrmerik, salti og pipar saman í blöndunarskál.
b) Myndaðu blönduna í 12 til 15 stífar kúlur með höndunum.
c) Hitið ólífuolíuna á pönnu yfir meðalháan hita. Eldið í nokkrar mínútur, eða þar til kjötbollurnar eru brúnar á öllum hliðum.

d) Blandið saman tómötum, víni, basil og rósmarín í stóra blöndunarskál. Eldið, hrærið af og til, í um 20 mínútur, eða þar til kjötbollurnar eru tilbúnar.
e) Saltið og piprið ríkulega, berið síðan fram með blanched rapini, spaghetti eða brauði.

47. Kjötbollur

GERIR: 6 teini
Heildartími: 12 mínútur

Hráefni
FYRIR KJÖTTKEYTARNAR:
- 1 pund nautahakk
- 1 egg
- 1/4 bolli möndlumjöl
- 1 tsk hakkað engifer
- 1/2 tsk sesamolía
- 1 1/2 msk glútenlaus sojasósa
- 1/4 bolli rauðlaukur, saxaður **FYRIR SÓSU:**
- 1 msk glútenlaus sojasósa
- 2 matskeiðar smjör, brætt
- 1 tsk sesamolía • 1/4 tsk hvítlauksduft • Fyrir teini:
- 1 lítill kúrbít, skorinn langsum í 1 tommu sneiðar • 1/2 lítill rauðlaukur, skorinn í 1 tommu bita.
- 6 meðalstórir cremini sveppir, skornir í tvennt

LEIÐBEININGAR
FYRIR KJÖTTKEYTARNAR:
a) Blandið öllum kjötbollunum saman í meðalstórri blöndunarskál og blandið vel saman. Búið til um 18 kjötbollur úr blöndunni.
b) Steikið kjötbollurnar í eina eða tvær mínútur á hvorri hlið á upphitaðri pönnu þar til þær eru nógu harðar til að stífna þær.

c) Í lítilli blöndunarskál, þeytið saman allt sósuna þar til það er slétt.

FYRIR STEININ:

d) Settu þrjár kjötbollur, tvo helminga af sveppum, nokkra laukhluta og tvo kúrbítshluta á hvern af sex löngum teinum.
e) Penslið allar hliðar teinanna vel með sósunni.
f) Grillið í um það bil 2 mínútur á hlið við háan hita, eða þar til grænmetið er eldað og kjötbollurnar fullgerðar.

48. Matarmikið Spaghetti & Kjötbollur

Hráefni

- 1 laukur, saxaður
- 2 hvítlauksrif, söxuð
- 2 matskeiðar grófsöxuð fersk steinseljulauf
- 1 bolli möndlumjólk
- 2 pund nautahakk
- 2 stór egg
- 1/2 bolli rifinn Parmigiana ostur
- salt og svartur pipar
- 2 bollar af heimagerðri spaghettísósu
- 1 pund spaghetti

LEIÐBEININGAR

a) Hitið 3 matskeiðar af olíu á pönnu yfir meðalhita. Bætið lauknum, hvítlauknum og steinseljunni út í og eldið þar til grænmetið er mjúkt en samt hálfgagnsært í um það bil 10 mínútur. Leyfðu kælingu.

b) Hellið nægri mjólk í skál.

c) Bæta við eggjum, osti, salti og pipar. Blandið öllu vel saman.

d) Bætið nautahakkinu út í og hrærið til að blanda saman. Gætið þess að ofvinna kjötbollurnar ekki – annars verða þær harðar.

e) Skiptið blöndunni í 10 mjög stórar kjötbollur.

f) Hitið 3 matskeiðar af olíu á pönnu og brúnið á öllum hliðum. Bætið sósu út í og látið malla í 30 mínútur.

49. Ostar Kjötbollur

skammtar: 3 (4 kjötbollur)

Hráefni:

- 1 eyri svínabörkur
- 1 pund grasfóðrað nautahakk
- ½ tsk bleikt sjávarsalt
- 1 ½ únsa rifin ítölsk ostablanda
- 1 stórt beitaregg
- ½ matskeið smjörfeiti

LEIÐBEININGAR :
a) Útbúið bökunarplötu með því að klæða hana með bökunarpappír. Forhitaðu ofninn þinn í 350 ° F.
b) Blandið nautakjöti, svínabörkum, salti, eggi, osti og svínafeiti saman í skál. Búið til 12 jafna hluta af blöndunni og mótið í kúlur. Settu kúlurnar á bökunarplötu.
c) Bakið kjötbollurnar í um 20-30 mínútur. Snúið kúlunum við eftir um 10-12 mínútna bakstur. Þegar kjötbollurnar eru vel soðnar ætti innra hiti í miðju kjötbollunnar að vera 165°F.
d) Þú getur eldað kjötbollurnar í loftsteikingarvél ef þú átt slíka. Snúið kúlunum nokkrum sinnum við á meðan þær eru eldaðar í loftsteikingarvélinni.
e) Takið kjötbollurnar af pönnunni og berið fram.

50. Kjötbollur & spaghettísósa

- 1 bolli Kjötbollur
- ¼ tsk Salt
- ¼ tsk Malaður svartur pipar
- ½ bolli rifinn parmesanostur
- 1 pund magurt nautahakk
- 1 matskeið ólífuolía
- 2 laukar saxaðir
- 4 pressuð hvítlauksrif eða
- 2 Hakkaður hvítlaukur
- 14 aura dós tómatsósa
- ½ bolli rauðvín (valfrjálst)
- 1 sæt græn paprika
- 1 tsk þurrkuð lauf basil
- ½ tsk laufóreganó

LEIÐBEININGAR:

a) Myndaðu kjöt í 1 tommu kjötbollur. Bætið við matreiðslu spaghettísósu.

b) Hitið olíu í stórum potti sem er stilltur á miðlungshita. Bætið við lauk og hvítlauk. steikið í 2 mínútur. Bæta við afgangi
Hráefni. Lokið og látið suðuna koma upp, hrærið oft.

Hráefni
-
-
-
-

c) Lækkið síðan hitann og látið malla, hrærið oft í að minnsta kosti 15 mínútur.

51. Kjötbollur með núðlum í jógúrt

2 pund nautahakk

Klípið cayenne pipar, túrmerik, kóríander og kanil

Salt & Svartur pipar

2 hvítlauksrif

- 1 matskeið jurtaolía
- 1 spænskur laukur
- 6 þroskaðir plómutómatar - kjarni,
- 4 sólþurrkaðir tómatar • Núðlur

LEIÐBEININGAR:

a) Blandið saman nautakjöti, kanil, kóríander, túrmerik, cayenne, salti, pipar og helmingnum af hvítlauknum í skál.

b) Með hreinum höndum, blandaðu vandlega saman, mótaðu síðan kjötið í $\frac{3}{4}$ tommu kjötbollur. Leggðu þær til hliðar.

c) Hitið olíuna í stórum potti, bætið lauknum út í og bætið kjötbollunum út í. Eldið, snúið þeim oft.

d) Bætið plómutómötunum og hvítlauknum sem eftir eru saman við. Bætið sólþurrkuðu tómötunum, salti og pipar út í og eldið blönduna í 5 mínútur við lágan hita, hrærið einu sinni eða tvisvar.

e) Fyrir núðlurnar: Látið suðu koma upp í stórum potti af vatni. Bætið núðlunum út í og eldið.

Hráefni
-
-
-
-

f) Hrærið jógúrt, hvítlauk og salti saman við. Kastaðu vandlega og færðu í 6 breiðar skálar.

52. Stracciatelle með kjötbollum

- 1 lítra kjúklingasoð
- 2 bollar Vatn
- ½ bolli Pastina
- 1 tsk fersk steinselja, söxuð
- ½ pund magurt nautahakk
- 1 egg
- 2 tsk Brauðrasp með bragðbæti
- 1 tsk Rifinn ostur
- 1 gulrót, þunnar sneiðar
- ½ pund spínat, bara lauflétt
- Hluti julienned
- 2 tsk fersk steinselja, söxuð
- 1 lítill laukur, saxaður
- 2 egg
- Rifinn ostur

LEIÐBEININGAR:

a) Blandið súpunni saman í potti og látið suðuna koma upp. Blandið kjöthráefni saman í skál, mörgum örsmáum kjötbollum og setjið í sjóðandi seyðiblöndu.

Hráefni
-
-
-
-

b) Þeytið 2 egg í litla skál. Hrærið súpuna með tréskeiði um leið og þið látið eggin falla hægt út í og hrærið stöðugt í. Takið af hitanum. Lokið og látið standa í 2 mínútur.

c) Berið fram með rifnum osti.

53. <u>Kjötbollur og ravíólísúpa</u>

1 matskeið ólífuolía eða salatolía
1 stór laukur; smátt saxað
1 hvítlauksgeiri; hakkað
28 aura niðursoðnir tómatar; hakkað
- $\frac{1}{4}$ bolli Tómatmauk
- $13\frac{3}{4}$ aura Nautakjötssoð
- $\frac{1}{2}$ bolli þurrt rauðvín
- Klípa Þurrkuð basil, timjan og óreganó
- 12 aura Ravioli; ostafyllt
- $\frac{1}{4}$ bolli steinselja; hakkað
- Parmesan ostur; rifið
- 1 egg
- $\frac{1}{4}$ bolli Mjúkir brauðmolar
- $\frac{3}{4}$ tsk Laukur salt
- 1 hvítlauksgeiri; hakkað
- 1 pund magurt nautahakk

LEIÐBEININGAR:

a) Brúnið kjötbollur varlega í upphitaðri olíu.
b) Blandið lauknum og hvítlauknum saman við og eldið í um það bil 5 mínútur, passið að brjóta ekki kjötbollur í sundur. Bætið við tómötum og vökvanum þeirra, tómatmauki, seyði, víni, vatni, sykri, basil, timjan og oregano.

Hráefni
-
-
-
-

c) Bæta við ravioli

54. Búlgarsk kjötbollusúpa

Afrakstur: 8 skammtar

Hráefni
- 1 pund nautahakk
- 6 matskeiðar hrísgrjón
- 1 tsk paprika
- 1 tsk Þurrkað bragðmikið
- Salt, pipar
- Hveiti
- 6 bollar vatn
- 2 Nautakjötsbollur
- ½ búnt grænn laukur; sneið
- 1 græn paprika; hakkað
- 2 gulrætur; skrældar, þunnar sneiðar
- 3 tómatar; skrældar & saxaðar
- 1 Sm. gulur chili, klofinn
- ½ búnt steinselja; hakkað
- 1 egg
- 1 sítróna (aðeins safi)

LEIÐBEININGAR:

a) Blandið saman nautakjöti, hrísgrjónum, papriku og bragðmiklu. Kryddið eftir smekk með salti og pipar. Blandið létt en vandlega saman. Myndaðu í 1 tommu kúlur.

Hráefni
-
-
-
-

b) Blandið vatni, skál, 1 matskeið salti, 1 tsk pipar, grænum lauk, grænum pipar, gulrótum og tómötum saman í stórum katli.

c) Lokið, látið suðuna koma upp, lækkið hitann og látið malla í 30 mínútur.

55. Kjötbollur og frankfurter

1 pund nautahakk
1 egg, örlítið þeytt
¼ bolli brauðmola, þurrt
1 meðalstór laukur, rifinn
- 1 matskeið Salt
- ¾ bolli Chili sósa
- ¼ bolli vínberjahlaup
- 2 matskeiðar sítrónusafi
- 1 bolli Frankfurters

LEIÐBEININGAR:

a) Blandið saman nautakjöti, eggi, mola, lauk og salti. Mótið litlar kúlur. Blandið chilisósu, vínberjahlaupi, sítrónusafa og vatni saman við í stórri pönnu.

b) Hiti; bætið kjötbollunum við og látið malla þar til kjötið er eldað í gegn.

c) Rétt fyrir framreiðslu bætið við frankum og hitið í gegn.

Hráefni
-
-
-
-

56. Manhattan kjötbollur

2 pund magurt nautahakk

2 bollar Mjúkir brauðmolar

½ bolli Saxaður laukur

2 egg

- 2 matskeiðar Hakkað fersk steinselja
- 1 tsk Salt
- 2 matskeiðar smjörlíki
- 1 krukku; (10 oz.) Kraft apríkósukonur
- ½ bolli Kraft grillsósa **LEIÐBEININGAR:**

a) Blandið saman kjöti, mola, lauk, eggjum, steinselju og salti. Mótaðu í 1 tommu kjötbollur.

b) Hitið ofninn í 350 gráður. Brúnið kjötbollur í smjörlíki á stórri pönnu á meðalhita; holræsi. Setjið í 13 x 9 tommu eldfast mót.

c) Hrærið soð og grillsósu saman við; hella yfir kjötbollur. Bakið í 30 mínútur. Hrærið af og til.

Hráefni
-
-
-
-

57. Víetnamskar kjötbollur

1½ pund magurt nautahakk
1 hvítlauksrif, mulið
1 eggjahvíta
1 matskeið Sherry
- 2 matskeiðar sojasósa • ½ tsk fljótandi reykur
- 2 matskeiðar Fiskisósa
- 1 klípa sykur
- 1 Salt og hvítur pipar
- 2 matskeiðar maíssterkju
- 1 matskeið sesamolía **LEIÐBEININGAR:**
a) Blandið blöndunni með hrærivél eða matvinnsluvél þar til hún er mjög slétt.
b) Mótið litlar kjötbollur á teini (um sex kjötbollur á teini).
c) Broil til fullkomnunar.

58. Sænskir kjötbollur

Hráefni
-
-
-
-

2 matskeiðar matarolía

1 pund nautahakk

1 egg

1 bolli Mjúkir brauðmolar

- 1 tsk Púðursykur
- ½ tsk Salt
- ¼ tsk pipar
- ¼ tsk engifer
- ¼ teskeið Malaður negull
- ¼ tsk Múskat
- ¼ tsk kanill
- ⅔ bolli Mjólk
- 1 bolli sýrður rjómi
- ½ tsk salt **LEIÐBEININGAR:**

a) Hitið matarolíu á pönnu. Blandið öllu sem eftir er saman við Hráefni, nema sýrður rjómi og ½ tsk salt.

b) Mótið kjötbollur af forréttastærð (um 1" í þvermál). Brúnið í matarolíu á öllum hliðum þar til þær eru fulleldaðar.

c) Takið af pönnunni og látið renna af á pappírshandklæði. Hellið umframfeiti af og kælið pönnuna aðeins. Bætið við litlu magni af sýrðum rjóma til að slá brúnt og hrærið. Bætið síðan afganginum af sýrðum rjóma og ½ tsk salti út í og hrærið til að blandast saman.

Hráefni
-
-
-
-

59. <u>Afganskur kofta</u>

1 Laukur smátt saxaður
1 Græn paprika smátt söxuð
1 pund nautahakk
1 tsk hvítlauksgeiri smátt saxaður
- $\frac{1}{2}$ tsk Malað kóríanderfræ
- Salt og pipar eftir smekk **LEIÐBEININGAR:**

a) Hnoðið saman nautakjöti, lauk, pipar, hvítlauk og salt og pipar.
b) Látið standa í 30 mínútur til að blanda saman bragði. Mótið í 16 sporöskjulaga kúlur.
c) Strengja 4 á teini til skiptis með laukfjórðungi, grænum piparfjórðungi og kirsuberjatómötum á hverjum teini. Grillið í um 5 mínútur þar til það er brúnt, snúið við og grillið hina hliðina.

Hráefni
-
-
-
-

60. **Skoskar kjötbollur**

- 1 pund magurt nautahakk
- 1 egg, örlítið þeytt
- 3 matskeiðar hveiti
- ¼ tsk Nýmalaður svartur pipar
- 3 matskeiðar Hakkaður laukur
- 3 matskeiðar jurtaolía
- ⅓ bolli kjúklingasoð
- 1 8 aura dós mulinn ananas, tæmd
- 1½ matskeið maíssterkja
- 3 matskeiðar sojasósa
- 3 matskeiðar venjulegt rauðvínsedik
- 2 matskeiðar Vatn
- ¼ bolli skoskt viskí
- ⅓ bolli kjúklingasoð • ½ bolli Hægeldaður grænn pipar

LEIÐBEININGAR:

a) Sameina fyrstu sex hráefnin. Mótaðu varlega kúlur um 1 tommu í þvermál.
b) Brúnið allt í olíu á 10 tommu pönnu.
c) Á meðan skaltu búa til eftirfarandi skosku sósu.
d) Bæta við kjötbollum og grænum pipar. Eldið varlega í um 10 mínútur í viðbót. Berið fram með hrísgrjónum.

Hráefni
-
-
-
-

61. Hawaiian kjötbollur

- 2 pund nautahakk
- ⅔ bolli Graham cracker mola
- ⅓ bolli Hakkaður laukur
- ¼ tsk engifer
- 1 tsk Salt
- 1 egg
- ¼ bolli Mjólk
- 2 matskeiðar maíssterkju
- ½ bolli Púðursykur
- ⅓ bolli edik
- 1 matskeið sojasósa
- ⅓ bolli Hakkað græn paprika ● 13½ aura dós af muldum ananas **LEIÐBEININGAR:**

a) Blandið nautahakk, kexmola, lauk, engifer, salti, eggi og mjólk saman og gerðu 1 tommu kúlur. Brúnið og setjið í eldfast mót.

b) Blandið saman maíssterkju, púðursykri, ediki, sojasósu og grænum pipar. Eldið við meðalhita þar til það þykknar. Bætið muldum ananas út í ásamt safa.

c) Hitið og hellið yfir kjötbollur. Hitið vel og berið fram.

Hráefni
-
-
-
-

62. Rússneskar kjötbollur

1 pund nautahakk

1 pund kálfakjöt

½ bolli Saxaður laukur

¼ bolli Brædd nýrnafita

- 2 sneiðar Break, liggja í bleyti í mjólk, kreista þurr
- 2 tsk Salt
- Malaður pipar
- Fínir brauðmolar
- Smjör eða nautafita
- 2 bollar sýrður rjómi
- ½ pund sneiðar sveppir, steiktir **LEIÐBEININGAR:**

a) Steikið laukinn í bræddri nýrnafitu þar til hann er visnaður. Blandið saman nautakjöti, kálfakjöti, lauk, brauði, salti og smá pipar. Hnoðið vel og kælið.

b) Bleytið hendurnar og mótið blönduna í kúlur á stærð við gullkúlur. Veltið í mola og steikið í smjöri eða nautafitu þar til það er brúnt yfir allt. Fjarlægðu og haltu heitu.

c) Bætið sýrðum rjóma og sveppum á pönnuna. Hiti. Hellið sósu yfir kjötið.

Hráefni
-
-
-
-

63. **Miðjarðarhafs kjötbollur**

1 pund nautahakk, mulið
3 matskeiðar Ókryddað þurrt brauðrasp
1 stórt egg
1 tsk Þurrkaðar steinseljuflögur
- 2 matskeiðar smjörlíki
- ¼ tsk Hvítlauksduft
- ½ tsk Þurrkuð myntulauf, mulin
- ¼ tsk Þurrkuð rósmarínblöð, mulin
- ¼ tsk pipar
- 1 tsk Þurrkaðar steinseljuflögur

LEIÐBEININGAR:
a) Blandið öllum kjötbollunum saman í meðalstórri skál. Mótaðu blönduna í 12 kjötbollur.
b) Setjið smjörlíki, hvítlauksduft og parley í 1 bolla.
c) Örbylgjuofn við háan hita í 45 sekúndur til 1 mínútu, eða þar til smjör bráðnar.
d) Dýfðu kjötbollunum í smjörlíkisblöndu til að hylja og settu á steikargrind.
e) Hitið í örbylgjuofn við háan hita í 15 til 18 mínútur, eða þar til kjötbollurnar eru orðnar stífar og ekki lengur bleikar í miðjunni, snúið grindinni og endurraðið kjötbollunum tvisvar á eldunartímanum. Berið fram með heitum soðnum hrísgrjónum eða kúskús ef vill.

Hráefni
-
-
-
-

64. Grískar kjötbollur

1½ pund Möluð kringlótt steik
2 egg; létt barinn
½ bolli brauðrasp; fínn, mjúkur
2 miðlungs laukur; smátt saxað
- 2 matskeiðar steinselja; ferskt, saxað
- 1 matskeið mynta; ferskt, saxað
- ¼ tsk kanill
- ¼ tsk Allspice
- Salt og ferskmalaður pipar
- Stytting til steikingar

LEIÐBEININGAR:

a) Blandið öllum hráefnunum nema matfettinu saman og blandið vel saman.

b) Kælið í nokkrar klukkustundir. Mótaðu litlar kúlur og steiktu í bræddu matréttinum. Berið fram heitt.

Hráefni
-
-
-
-

65. <u>Auðveldar sænskar kjötbollur</u>

2 pund nautahakk
1 Laukur, rifinn ½
bolli Brauðrasp
Salt, pipar
- 1 tsk Worcestershire sósa
- 2 egg, þeytt
- 4 matskeiðar Smjör
- 2 bollar Stock eða Consomme
- 4 matskeiðar hveiti
- ¼ bolli Sherry

LEIÐBEININGAR:
a) Blandið fyrstu sex hráefnunum saman, mótið litlar kúlur. Brúnið í smjöri.
b) Bætið soðinu út í, setjið lok á pönnu og látið malla í 15 mínútur. Fjarlægðu kjötbollurnar, haltu þeim heitum.
c) Þykkið sósuna með hveitinu blandað með smá köldu vatni. Eldið 5 mínútur, bætið við sherry. Hitið kjötbollur aftur í sósu.

Hráefni
-
-
-
-

66. Gana kjötbollupottréttur

2 pund nautahakk
1 tsk sítrónusafi
1 stórt egg; Örlítið barinn
1 bolli laukur; Fínt saxað
- 1 tsk salt, 1 tsk svartur pipar
- 1 dash hvítlauksduft
- 1 tsk Múskat
- $1\frac{1}{2}$ matskeið alhliða hveiti
- $\frac{1}{2}$ bolli matarolía
- 1 meðalstór laukur; Sneið
- 1 bolli tómatsósa
- 1 meðalstór tómatur; Skrældar og sneiddar
- 1 grænn pipar; LEIÐBEININGAR í **sneiðum:**

a) Í stórri blöndunarskál blandið nautahakkinu saman við mýkingarefni, sítrónusafa, eggi, lauk, salti, vali á pipar, hvítlauk og múskati.

b) Myndaðu um það bil tugi matskeiðar kúlur af krydduðu nautakjöti.

c) Á meðan hitarðu olíu á stórri pönnu yfir miðlungshita. Brúnið allar hliðar kjötbollanna jafnt og notið málmskeið til að snúa.

d) Til að útbúa sósu skaltu setja afgang af matarolíu í stóra, hreina pönnu og brúna allt hveiti sem eftir er. Bætið við lauk, tómatsósu, sneiðum tómötum og grænum pipar.

e) Bætið við fráteknum brúnuðum kjötkúlum, setjið lok á og lækkið hitann að suðu.

Hráefni
-
-
-
-

67. Kantónskar kjötbollur

1 pund nautahakk

¼ bolli Hakkaður laukur

1 tsk Salt

1 tsk pipar

- ½ bolli Mjólk
- ¼ bolli sykur
- 1½ matskeið maíssterkja
- 1 bolli ananassafi
- ¼ bolli edik
- 1 tsk sojasósa
- 1 matskeið Smjör
- 1 bolli sneið sellerí
- ½ bolli niðurskorinn pipar
- ½ bolli Möndlur úr rifnum, steiktar **LEIÐBEININGAR:**

a) Mótið 20 litlar kjötbollur af nautakjöti, lauk, salti, pipar og mjólk.
b) Blandið saman sykri og maíssterkju; blandið vökva saman við og bætið smjöri út í.
c) Eldið á lágum hita þar til það er ljóst, hrærið stöðugt í.
d) Bætið grænmetinu út í og hitið varlega í 5 mínútur.
e) Setjið kjötbollur á soðnar hrísgrjónabeð, toppið með sósu og stráið möndlum yfir.

Hráefni
-
-
-
-

68. <u>Hátíðarkokteil kjötbollur</u>

1½ pund nautahakk
1 bolli MÍNÚTA hrísgrjón
1 dós (8oz) mulinn ananas í safa
½ bolli gulrót [fínt rifin]
- ½ bolli laukur [hakkað]
- 1 egg [þeytt]
- 1 tsk engifer [malað]
- 8 aura fransk dressing
- 2 matskeiðar sojasósa

LEIÐBEININGAR:

a) Blandið öllum hráefnunum saman nema síðustu 2 saman í skál og mótið síðan í 1" kjötbollur.
b) Sett á smurða ofnplötu og bakað í forhituðum ofni.
c) Blandið saman sojasósunni og dressingunni.
d) Berið kjötbollurnar fram volgar með dressingunni.

Hráefni
-
-
-
-

69. Trönuberjakokteil kjötbollur

2 pund Chuck, jörð
2 egg
⅓ bolli Catsup
2 matskeiðar sojasósa
- ¼ tsk pipar
- 12 aura Chili sósa
- 1 matskeið sítrónusafi
- 1 bolli maísflögur, mola
- ⅓ bolli steinselja, fersk, söxuð
- 2 matskeiðar Laukur, grænn og hakkaður
- 1 hvert hvítlauksrif, pressað
- 16 aura trönuberjasósa
- 1 msk púðursykur **LEIÐBEININGAR:**

a) Sameina fyrstu 9 hráefnin í stórri skál; hrærið vel. Mótaðu kjötblönduna í 1 tommu kúlur.

b) Setjið í ósmurða 15x10x1 jellyroll pönnu. Bakið afhjúpað við 500F í 8 - 10 mínútur.

c) Tæmdu kjötbollurnar og færðu yfir í mjúkt fat og haltu þeim heitum.

d) Blandið trönuberjasósu saman við afganginn af hráefninu í pönnu. Eldið við meðalhita þar til það er freyðandi, hrærið af og til; hella yfir kjötbollur. Berið fram heitt.

Hráefni
-
-
-
-

70. Vín Kjötbollur

- 1½ pund Chuck, malaður
- ¼ bolli brauðrasp, kryddað
- 1 miðlungs laukur; hakkað
- 2 teskeiðar Piparrót, tilbúin
- 2 hvítlauksrif; mulið
- ¾ bolli tómatsafi
- 2 tsk Salt
- ¼ tsk pipar
- 2 matskeiðar smjörlíki
- 1 meðalstór laukur; hakkað
- 2 matskeiðar hveiti, til allra nota
- 1½ bolli nautasoð
- ½ bolli Vín, þurrt rautt
- 2 matskeiðar Sykur, brúnn
- 2 matskeiðar Catsup
- 1 matskeið sítrónusafi
- 3 Gingernaps; mulið **LEIÐBEININGAR:**

a) Blandið fyrstu 8 hráefnunum saman, blandið vel saman. Mótaðu 1" kúlur; settu í 13x9x2" eldfast mót. Bakið við 450 gráður í 20 mínútur. Fjarlægðu úr ofninum og tæmdu umfram fitu.

b) Hitið smjörlíki í stórri pönnu; steikið laukinn þar til hann er mjúkur.

Blandið hveiti saman við; bætið smám saman nautasoði út í og hrærið stöðugt í. Bætið við afganginum af hráefninu.

Hráefni
-
-
-
-

c) Eldið við lágan hita í 15 mínútur; bætið kjötbollunum við og látið malla í 5 mínútur.

71. Chuletas

- 2 pund nautahakk
- 2 bollar Steinseljukvistar; Hakkað
- 3 Gulur laukur; Hakkað
- 2 egg; örlítið barinn
- 1 matskeið Salt
- ½ bolli parmesanostur; Nýrifið
- ½ tsk Tabasco sósa
- 1 tsk Svartur pipar
- 3 bollar Þurrt brauðrasp ● Ólífuolía

LEIÐBEININGAR:

a) Blandið öllum hráefnum nema mola saman. Mótið litlar kokteilstærðar kúlur.

b) Rúllaðu kúlum í brauðmylsnu. Kældu vel. Steikið í ólífuolíu í þrjár til fjórar mínútur. Flyttu yfir í nötunarfat. Berið fram með uppáhalds salsanum sem ídýfingarsósu. Gerir um það bil 15 á hvert pund af nautahakk.

Hráefni
-
-
-
-

72. <u>Chafing fat partý kjötbollur</u>

- 1 pund nautahakk
- ½ bolli Fínt þurrt brauðrasp
- ⅓ bolli laukur; hakkað
- ¼ bolli Mjólk
- 1 egg; barinn
- 1 matskeið fersk steinselja; hakkað
- 1 tsk Salt
- ½ tsk Svartur pipar
- 1 msk Worcestershire sósa
- ¼ bolli grænmetisstytting
- 1 12oz flaska chili sósa
- 1 10oz krukku vínberjahlaup

LEIÐBEININGAR:

a) Mótið í 1" kjötbollur. Setjið í rafmagns pönnu í heitri styttingu við miðlungshita í 10-15 mínútur eða þar til þær eru brúnar. Tæmið á pappírshandklæði.

b) Sameina chili sósu og vínberjahlaup í meðalstórum potti (eða sömu rafmagspönnu); hrærið vel. Bætið kjötbollunum út í og látið malla á lágum tíma í 30 mínútur, hrærið af og til.

c) Berið fram með tannstönglum úr skál til að halda hita

Hráefni
-
-
-
-

73. <u>Heitar kjötbollusamlokur</u>

26 aura Spaghetti sósa; skipt

½ bolli Nýtt brauðrasp

1 lítill laukur; smátt saxað

¼ bolli Rifinn Parmesan eða Romano ostur

- 1 egg
- 1 tsk Þurrkaðar steinseljuflögur
- 1 tsk Hvítlauksduft
- 1 pund nautahakk • 4 ítalskar samlokurúllur

LEIÐBEININGAR:

a) Sameina allt.

Hráefni
-
-
-
-

74. Kjötbollur-aubergíns varahlutir

1 pund magurt nautahakk

14 aura basilkrydduð spaghettísósa; 1 krukku

1 meðalstórt eggaldin

4½ matskeið ólífuolía; Skipt

- 1 meðalstór rauðlaukur
- ¼ pund Sveppir
- 4 baguettes; 6-8 tommur langur • 4 aura Provolone ostur; 4 sneiðar **LEIÐBEININGAR:**

a) Skerið eggaldinið í ½ til ¾ tommu steikur og setjið á disk, stráið salti yfir og látið renna af í 30 mínútur.
b) Myndaðu nautahakkið í tólf 1½ tommu kjötbollur í þvermál. Eldið þær í potti, við lágan hita, snúið þeim oft til að brúnast jafnt og koma í veg fyrir að þær festist.
   bæta við spaghettísósunni. Látið malla til að kjötbollurnar séu vel bakaðar.
c) Hitið 3 msk af ólífuolíu og steikið eggaldinið varlega við meðalhita.
d) Stráið salti og pipar yfir eftir smekk.
e) Eldið í 4 mínútur og bætið svo sveppunum út í.
f) Skerið baguettes í sneiðar eftir endilöngu og Leggið neðstu brauðstykkin í lag með þunnu lagi af eggaldinsteikum og setjið síðan 3 kjötbollur yfir.
g) Setjið ríkulegt magn af auka spagettísósunum yfir og dreifið lauknum og sveppunum vel yfir kjötbollurnar.

Hráefni
-
-
-
-

75. Kjötbolluhetjusamlokur

Non-stick jurtaolíu sprey
1½ pund magurt nautahakk
½ bolli rifinn parmesanostur
2 egg
- ¼ bolli Hakkað fersk steinselja
- ¼ bolli mulið maísflögur
- 3 hvítlauksrif; hakkað
- 2½ tsk Þurrkað oregano
- ½ tsk Malaður hvítur pipar
- ½ tsk Salt
- 3 bollar Keypt marinara sósa
- 6 langar ítalskar eða franskar rúllur; skipt eftir endilöngu, ristað
- 6 skammtar **LEIÐBEININGAR:**

a) Klassísk samloka sem er tryggð fullnægjandi, hvort sem hún er borin fram sem helgarhádegismatur eða léttur kvöldverður á viku.

b) Blandið nautahakk, rifnum parmesanosti, eggjum, saxaðri ferskri steinselju, söxuðu kornflögum, hakkaðri hvítlauk, þurrkuðu oregano, möluðum hvítum pipar og salti saman í stóra skál og blandið vel saman.

c) Notaðu vættar hendur, mótaðu kjötblönduna í 1½ tommu hringi og settu á tilbúið blað, skiptu jafnt á milli.

d) Bakið kjötbollur þar til þær eru aðeins stífar að snerta þær.

Hráefni
-
-
-
-

76. Kjötbollur-aubergíns varahlutir

1 pund magurt nautahakk

14 aura basilkrydduð spaghettísósa; 1 krukku

1 meðalstórt eggaldin

$4\frac{1}{2}$ matskeið ólífuolía; Skipt

- 1 meðalstór rauðlaukur
- $\frac{1}{4}$ pund Sveppir
- 4 franskbrauð samlokurúllur
- 4 aura Provolone ostur; 4 sneiðar

LEIÐBEININGAR:

a) Skerið eggaldinið í $\frac{1}{2}$ til $\frac{3}{4}$ tommu steikur og setjið á disk, stráið salti yfir og látið renna af í 30 mínútur.

b) Myndaðu nautahakkið í tólf $1\frac{1}{2}$ tommu kjötbollur í þvermál. Eldið þær í potti, við lágan hita, snúið þeim oft til að brúnast jafnt og koma í veg fyrir að þær festist.

c) Skerið laukinn í þunna hringa og grófsaxið sveppina í óreglulega bita og setjið til hliðar.

d) Skolaðu eggaldinsteikurnar vandlega og þurrkaðu þær síðan. Hitið 3 msk af ólífuolíu og steikið eggaldinið varlega við meðalhita,

e) Stráið salti og pipar yfir eftir smekk. Takið af hellunni og látið renna af.

f) Eldið í 4 mínútur og bætið svo sveppunum út í.

g) Skerið baguetturnar eftir endilöngu og aðskiljið toppana frá botnunum. Leggðu neðstu brauðbitana í lag með þunnu lagi af eggaldinsteikum og þektu síðan með 3 kjötbollum.

Hráefni
-
-
-
-

77. <u>Mexíkósk tortilla kjötbollusúpa</u>

Hráefni

-
-

1½ pund magurt nautahakk Grænmeti

LEIÐBEININGAR:

a) Blandið nautahakkinu saman við kóríander, hvítlauk, limesafa, kúmen, heita sósu og salt og pipar. Myndaðu í 1 únsu kúlur.

b) Eldið þar til það er brúnt á öllum hliðum, um það bil 5 mínútur.

c) Súpa: Hitið 2 matskeiðar jurtaolíu í stórum súpupotti. Bætið við lauk og hvítlauk.

d) Bætið chili út í og eldið í 2 mínútur. Bætið við tómötum og safa þeirra, kjúklingakrafti, chilidufti, kúmeni og heitri sósu. Látið malla í 15 til 20 mínútur.

e) Blandið saman hveiti og kjúklingakrafti í lítilli skál. Þeytið í súpu. Látið suðuna koma aftur upp. Lækkið hitann og látið malla í 5 mínútur. Bætið kjötbollunum út í og látið malla í 5 mínútur til viðbótar.

RAMEN OG PASTA

78. Hayashi nautahakk karrý

Skammtastærð: 2

Hráefni:

- Laukur, einn
- Gulrætur, hálfur bolli
- Nautakjöt, hálft pund
- Canola olía, ein matskeið
- Tómatsósa, tvær matskeiðar
- Salt og pipar, eftir smekk
- Maíssterkju, ein teskeið
- Nautakjötssoð, einn bolli
- Sake, ein matskeið
- Soðið egg, eitt

LEIÐBEININGAR :

a) Sjóðið egg og skerið í litla bita eða stappið með gaffli. Kryddið vel með salti og pipar.
b) Hitið olíu og bætið lauk og gulrótum út í.
c) Stráið maíssterkju ofan á nautahakkið og bætið við grænmetið. Bætið fjórðungi bolla nautakrafti út í og brjótið nautahakkið á meðan hrært er.
d) Bætið við nautasoði, tómatsósu, sake og Worcestershire sósu.
e) Blandið vel saman og eldið í tíu mínútur eða þar til allur vökvinn hefur gufað upp. Kryddið með salti og pipar.

f) Steikið lauk á sérstakri pönnu þar til hann verður stökkur.

79. Ramen núðlupönnu með steik

Skammtastærð: 2

Hráefni:

- Laukur, einn
- Gulrætur, hálfur bolli
- Nautakjöt, hálft pund
- Canola olía, ein matskeið
- Tómatsósa, tvær matskeiðar
- Salt og pipar, eftir smekk
- Maíssterkju, ein teskeið
- Nautakjötssoð, einn bolli
- Sake, ein matskeið
- Soðið egg, eitt
- Worcestershire sósa, ein matskeið

LEIÐBEININGAR :

a) Hitið olíu í stórri pönnu yfir meðalháum hita.
b) Bætið steikinni við og steikið þar til þú ert búinn, um það bil fimm mínútur á hlið fyrir miðlungs, flyttu síðan yfir á skurðbretti og láttu það hvíla í fimm mínútur og skerðu það síðan í sneiðar.
c) Í lítilli skál, þeytið saman sojasósu, hvítlauk, lime safa, hunang og cayenne þar til það er blandað saman og setjið til hliðar.

d) Bætið lauknum, paprikunni og spergilkálinu á pönnu og eldið þar til það er mjúkt, bætið svo sojasósublöndunni út í og hrærið þar til það er alveg húðað.

e) Bætið soðnum ramen núðlum og steik saman við og blandið þar til það hefur blandast saman.

80. Japanskar karrýkúlur

Hráefni

- Deig
- 1 bolli. Panko
- 2 matskeiðar jurtaolía
- Karrífylling
- 100 g nautakjöt, hakkað
- 1 meðalstór laukur, saxaður
- 2 kartöflur, soðnar og stappaðar
- 2 matskeiðar hvítlauksduft
- 1 gulrót. Fínt skorið í teninga
- 1 msk garam masala
- 60 g curry roux

LEIÐBEININGAR

a) Hitið olíuna í hreinum meðalstórum potti, hrærið gulrótunum, lauknum, hvítlauksduftinu saman við og eldið að

b) Bætið nautakjöti og smá vatni saman við til að elda í 20 mínútur

c) Lækkið hitann og blandið karrýinu og masala saman við. Hrærið það til að blanda

d) Bætið kartöflumúsinni út í og blandið vel saman til að stífna

e) Hitið ofninn í 250 gráður

f) Þegar fyllingin er kæld. Skiptið deiginu í kúlur hnoðið það á hveitistráðu yfirborði, setjið smá fyllingu á deigstykkið og rúllið í fína sterka kúlu

g) Endurtaktu það sama fyrir restina, málaðu hvern með olíunni og hentu fylltu deiginu yfir panko
h) Raðið deiginu í tilbúna bökunarplötu og bakið í 20 mínútur

81. **Mock ramen pott pie**

Skammtar
: 4

Hráefni
- 2 (3 oz.) pakkar ramennúðlur
- 1 pund nautahakk
- 1 (15 oz.) dósir maís
- 1/2 bolli laukur, saxaður
- grænmetisolía

LEIÐBEININGAR
a) Áður en þú gerir eitthvað skaltu hita ofninn í 350 F.
b) Undirbúið núðlurnar samkvæmt leiðbeiningunum á pakkanum. Settu stóra pönnu yfir meðalhita. Hitið skvettu af olíu í það. Eldið í því nautakjötið með lauknum í 12 mínútur.
c) Dreifið blöndunni í botninn á smurðu ofnmóti. Toppaðu það með maísnum og ramennúðlunum eftir að hafa tæmt það.
d) Setjið pottinn í ofninn og eldið hann í 14 til 16 mínútur. Berið fram

82. Ramen núðlupönnu með steik

Skammtar : 2

Hráefni:

- Laukur, einn
- Gulrætur, hálfur bolli
- Nautakjöt, hálft pund
- Canola olía, ein matskeið
- Tómatsósa, tvær matskeiðar
- Salt og pipar, eftir smekk
- Maíssterkju, ein teskeið
- Nautakjötssoð, einn bolli
- Sake, ein matskeið
- Soðið egg, eitt
- Worcestershire sósa, ein matskeið

LEIÐBEININGAR :

d) Hitið olíu í stórri pönnu yfir meðalháum hita.
e) Bætið steikinni við og steikið þar til þú ert búinn, um það bil fimm mínútur á hlið fyrir miðlungs, flyttu síðan yfir á skurðbretti og láttu það hvíla í fimm mínútur og skerðu það síðan í sneiðar.
f) Í lítilli skál, þeytið saman sojasósu, hvítlauk, lime safa, hunang og cayenne þar til það er blandað saman og setjið til hliðar.
g) Bætið lauknum, paprikunni og spergilkálinu á pönnu og eldið þar til það er mjúkt, bætið svo sojasósublöndunni út í og hrærið þar til það er alveg húðað.

h) Bætið soðnum ramen núðlum og steik saman við og blandið þar til það hefur blandast saman.

83. Ramen lasagna

Skammtar
: 4

Hráefni
- 2 (3 oz.) pakkar ramennúðlur
- 1 pund nautahakk
- 3 egg
- 2 C. rifinn ostur
- 1 matskeið hakkað laukur
- 1 bolli spaghettísósa

LEIÐBEININGAR
a) Áður en þú gerir eitthvað skaltu hita ofninn í 325 F.
b) Setjið stóra pönnu yfir meðalhita. Eldið í því nautakjötið með 1 kryddpakka og lauk í 10 mínútur.
c) Flyttu nautakjötið yfir á smurt bökunarform. Þeytið eggin og eldið þau á sömu pönnu þar til þau eru tilbúin.
d) Toppaðu nautakjötið með 1/2 bolla af rifnum osti, fylgt eftir með soðnu eggjunum og öðrum 1/2 bolla af osti.
e) Eldið ramennúðlurnar samkvæmt leiðbeiningum á pakkanum. Tæmdu það og blandaðu því saman við spagettísósuna.
f) Dreifið blöndunni yfir ostalagið. Toppið það með ostinum sem eftir er. Eldið það í ofninum í 12 mínútur. berið fram lasagnið þitt heitt. Njóttu.

84. Gerjaðar Sichuan núðlur

Skammtar : 2

Hráefni SÓSA
- 1/2 msk gerjaðar svartar baunir
- 2 matskeiðar chili baunamauk
- 1/2 msk Shaoxing vín eða 1/2 msk þurrt sherry
- 1 tsk sojasósa
- 1 tsk sesamolía
- 1 tsk sykur
- 1/2 tsk malaður Sichuan pipar

NÚÐLUR
- 1 matskeið hnetuolía eða 1 matskeið jurtaolía
- 4 únsur. svínakjöt eða 4 oz. nautahakk
- 2 laukur, hvítir grænir hlutar aðskildir saxaðir
- 1 hvítlauksgeiri, saxaður
- 1 tsk ferskt engifer, hakkað
- 3 C. kjúklingakraftur
- 1 pund tofu, teningur
- 2 (4 oz.) pakkar ramennúðlur, pakkinn fjarlægður

LEIÐBEININGAR
a) Fáðu þér litla blöndunarskál: Myljið í hana svörtu baunirnar með chili baunamauki, hrísgrjónavíni, sojasósu, sesamolíu, sykri og Sichuan pipar þar til þær verða sléttar.
b) Settu stóra pönnu yfir meðalhita. Hitið olíuna í henni. Brúnið svínakjötið í það í 3 mínútur.
c) Hrærið hvítlauknum, hvítlauknum og engiferinu saman við og eldið í 1 mínútu við vægan hita.

d) Hrærið svörtu baunablöndunni saman við soðið út í pönnuna. Eldið þær þar til þær byrja að sjóða. Lækkið hitann og hrærið tófúinu saman við. Leyfðu þeim að elda í 6 mínútur.
e) Undirbúið núðlurnar samkvæmt leiðbeiningunum á pakkanum.
f) Hellið því í skálar og toppið það með tofublöndu.
g) Berið núðlurnar fram heitar.
h) Njóttu.

85. Amerískt nautahakk ramen

Skammtar: 4

Hráefni

- 1 pund nautahakk, tæmt
- 3 (3 oz.) pakkar ramennúðlur með nautakjöti
- 5 C. sjóðandi vatn
- 1/4-1/2 bolli vatn
- 1 (16 oz.) maísdósir
- 1 (16 oz.) dósir baunir
- 1/4 bolli sojasósa
- 1/2 tsk malaður rauður pipar
- 1 skvísa kanill
- 2 tsk sykur

LEIÐBEININGAR

a) Settu stóra pönnu yfir meðalhita. Hitið skvettu af olíu í það. Bætið nautakjöti út í og eldið í 8 mínútur. Leggðu það til hliðar.
b) Settu stóran pott yfir meðalhita. Hitið 5 C af vatni í það þar til það byrjar að sjóða. Eldið í því núðlurnar í 3 til 4 mínútur.
c) Takið núðlurnar úr vatninu og hrærið því í pönnuna með nautakjöti.
d) Bætið við vatni, maís, ertum, sojasósu, rauðum pipar, kanil, sykri og 1 og hálfum kryddpökkunum. Kasta þeim til að hjúpa.
e) Leyfðu þeim að elda í 6 mínútur á meðan þú hrærir oft. Berið fram ramen Skillet Hot.

86. Mung bang núðlupönnu

Skammtar: 1

Hráefni
- 1 pund magurt nautahakk, soðið
- 6 sneiðar kalkúnabeikon, saxað
- 2 (3 oz.) pakkar ramennúðlur
- 3 hvítlauksrif, söxuð
- 1 meðalstór rauðlaukur, sneiddur
- 1 meðalstór hvítkál, saxað
- 3 gulrætur, skornar í þunnar 1 tommu ræmur
- 1 rauð paprika, skorin í bita
- 2-4 matskeiðar létt sojasósa
- 3 C. baunaspírur
- létt sojasósa, eftir smekk
- muldar rauðar piparflögur

LEIÐBEININGAR
a) Settu stóra pönnu yfir meðalhita.
b) Eldið beikonið í því þar til það verður stökkt. Tæmdu það og settu það til hliðar. Geymið um 2 matskeiðar af beikonfeiti á pönnunni.
c) Steikið í því hvítlaukinn með lauknum í 4 mínútur. Hrærið 2 matskeiðar af sojasósu og gulrótunum saman við.
d) Leyfðu þeim að elda í 3 mínútur. Hrærið papriku saman við hvítkál og látið elda í 7 mínútur til viðbótar.
e) Eldið núðlurnar samkvæmt leiðbeiningum framleiðanda Leiðbeiningar. Tæmið það og hrærið það með skvettu af ólífuolíu.

f) Hrærið nautakjötinu, beikoninu og muldu rauðu piparflögunum í pönnuna með soðnu grænmetinu. Leyfðu þeim að elda í 4 mínútur á meðan þú hrærir oft.
g) Þegar tíminn er liðinn, hrærið baunaspírunum og Ramen núðlunum saman við grænmetisblönduna. Leyfðu þeim að elda í 3 mínútur til viðbótar meðan þú hrærir allan tímann.
h) Berið núðlupönnu þína fram heita með heitri sósu.
i) Njóttu.

87. Hrært nautahakk Ramen

Skammtar: 3

Hráefni
- 2 bollar nautahakk
- ½ tsk engifermauk
- 2 gulrætur, skrældar, skornar í sneiðar
- 1 meðalstór laukur, þunnt sneið
- 3-4 hvítlaukar, saxaðir
- Salt og pipar, eftir smekk
- 3 matskeiðar smjör
- 3 pakkar núðlur, soðnar
- 3 núðlukryddpakkar
- 3 matskeiðar matarolía
- 2 matskeiðar edik

LEIÐBEININGAR :

a) Hitið smá smjör í wok og steikið engifermaukið, hvítlauk með lauk þar til það er mjúkt.
b) Bætið nautahakkinu út í og eldið þar til það er ekki lengur bleikt.
c) Kryddið með núðlukryddinu, salti, pipar, ediki. Kasta til að sameina.
d) Bætið gulrótunum út í og eldið í 5-6 mínútur.
e) Eftir að gulræturnar eru soðnar, bætið núðlunum við og blandið vandlega saman.
f) Færið yfir í framreiðslufat og berið fram heitt.
g) Njóttu.

88. Frönsk ramenpönnu

Skammtar: 1

Hráefni
- 2 (3 oz.) pakkar ramennúðlur, hvaða bragð sem er
- 2 matskeiðar sýrður rjómi
- 1 (10 1/2 oz.) dósir rjóma af sveppasúpa
- 1/2 bolli vatn
- 1/2 bolli mjólk
- 1/4 bolli laukur, saxaður
- 1/4 bolli franskur steiktur laukur
- 1/2 pund nautahakk

LEIÐBEININGAR
a) Áður en þú gerir eitthvað skaltu forhita ofninn í 375 F.
b) Fáðu þér hrærivélarskál: Hrærið skorpu núðlunum út í, 1 pakka af kryddi, sýrðum rjóma, súpu (óþynnt) vatni, mjólk og lauk. Settu stóra pönnu yfir meðalhita.
c) Eldið í því nautakjötið í 8 mínútur. Tæmið það og bætið því við núðlublönduna. Hrærið þá til að hjúpa.
d) Hellið blöndunni í smurt form. Eldið það í ofni í 22 mínútur. Settu steikta laukinn ofan á núðlupönnuna og eldaðu hann í 12 mínútur til viðbótar í ofninum.
e) Toppið það með ostinum og berið það síðan fram heitt.
f) Njóttu.

89. Pastitsio

Hráefni ● Nonstick eldunarsprey

- ¾ bolli soðnar olnbogamakkarónur úr heilhveiti
- ½ bolli soðið nautahakk
- ¼ bolli rifinn mozzarella
- 3 msk. tómatpúrra
- 2 msk. kjúklingasoð
- ⅛ teskeið þurrkað timjan
- ⅛ teskeið malaður kanill
- Hrúga ⅛ teskeið kosher salti
- 3 möl af svörtum pipar

LEIÐBEININGAR

a) Sprautaðu inni í 16-oz. krús með matreiðsluúða.

b) Hrærið öllum hráefnunum saman í lítilli skál og hellið í krúsina.

c) Lokið og örbylgjuofn þar til osturinn bráðnar, um það bil 2 mínútur.

90. Tilbúnar nautakjötsskálar fyrir kóreska máltíð

Hráefni

- ⅔ bolli hvít eða brún hrísgrjón
- 4 meðalstór egg
- 1 matskeið ólífuolía
- 2 hvítlauksgeirar, saxaðir
- 4 bollar saxað spínat

Kóreskt nautakjöt

- 3 matskeiðar pakkaður púðursykur
- 3 matskeiðar sojasósa með minni natríum
- 1 msk nýrifinn engifer
- 1 ½ tsk sesamolía
- ½ tsk sriracha (má sleppa)
- 2 tsk ólífuolía
- 2 hvítlauksgeirar, saxaðir
- 1 pund nautahakk
- 2 grænir laukar, þunnar sneiðar (valfrjálst)
- ¼ tsk sesamfræ (má sleppa)

LEIÐBEININGAR

a) Eldið hrísgrjónin samkvæmt leiðbeiningum á pakka; setja til hliðar.

b) Setjið eggin í stóran pott og hyljið með köldu vatni um 1 tommu. Látið suðuna koma upp og eldið í 1 mínútu. Lokið pottinum með þéttu loki og takið af hitanum; látið sitja í 8 til 10 mínútur. Tæmið vel og látið kólna áður en það er skrælt og skorið í tvennt.

c) Hitið ólífuolíuna á stórri pönnu við meðalháan hita.

Bætið hvítlauknum út í og eldið, hrærið oft, þar til ilmandi, 1 til 2 mínútur. Hrærið spínatinu saman við og eldið þar til það er visnað, 2 til 3 mínútur; setja til hliðar.

d) Fyrir nautakjötið: Þeytið púðursykur, sojasósu, engifer, sesamolíu og sriracha saman í lítilli skál, ef það er notað.

e) Hitið ólífuolíuna á stórri pönnu við meðalháan hita. Bætið hvítlauknum út í og eldið, hrærið stöðugt, þar til ilmandi, um 1 mínútu. Bætið nautahakkinu út í og eldið þar til það er brúnt, 3 til 5 mínútur, vertu viss um að mola nautakjötið þegar það eldar; tæma umfram fitu. Hrærið sojasósublöndunni og grænlauknum saman við þar til það hefur blandast vel saman, látið malla þar til það er hitað í gegn, um það bil 2 mínútur.

f) Setjið hrísgrjón, egg, spínat og nautahakkblöndu í máltíðarílát og skreytið með grænum lauk og sesamfræjum, ef þess er óskað. Geymist þakið í kæli í 3 til 4 daga.

g) Hitið aftur í örbylgjuofni með 30 sekúndna millibili þar til það er hitað í gegn.

AÐALRÉTTUR

91. Laukur Salisbury steikur

Borðar: 6
Eldunartími: 40 mínútur

Hráefni
- 1-1/2 pund magurt nautahakk
- 3 eggjahvítur
- 2 laukar, hver saxaður fyrir sig
- 3/4 bolli venjulegt brauðrasp
- 1/2 bolli léttmjólk
- 1 msk þurrkað ítalskt krydd
- 1 tsk salt
- 1 (10-3/4-eyri) dós þétt nautakjötssoð
- 1 (10-3/4-únsu) dós fituskert þéttur rjómi af sveppasúpu
- 1/4 tsk hvítlauksduft
- 1/4 tsk svartur pipar

LEIÐBEININGAR

a) Forhitaðu ofninn í 350 gráður F.

b) Blandið nautahakkinu, eggjahvítum, 1 saxuðum lauk, brauðmylsnu, mjólk, ítölsku kryddi og salti í stóra skál; blandið vel saman. Skiptið blöndunni í 6 jafnstóra skammta og búið til 6 sporöskjulaga bökunarbollur. Setjið kökur á bökunarplötu sem hefur verið húðuð með matreiðsluúða og bakið í 25 til 30 mínútur, eða þar til ekkert bleikt er eftir, snúið við hálfa matreiðslu.

c) Í potti sem hefur verið húðaður með matreiðsluúða, steikið afganginn af hakkaðri lauknum í 3 til 4 mínútur, eða þar til hann er mjúkur. Bætið restinni af hráefninu saman við og hrærið þar til það hefur blandast vel saman. Látið malla við miðlungs lágan hita í 8 til 10 mínútur, eða þar til það er orðið heitt.

d) Fjarlægðu steikurnar á diskinn og toppið með sósu.
92. Kjötbrauð að heiman

Borðar eru: 10
Eldunartími: 1 klukkustund og 35 mínútur
Hráefni
- 2 pund 95% magurt nautahakk
- 1 (8-1/4-eyri) dós Julienne gulrætur, tæmd
- 1 (13-1/2-eyri) dós sveppastönglar og -stykki, tæmd
- 1/2 bolli cornflake mola
- 1 matskeið þurrkaður hakkaður laukur
- 1/2 bolli eggjavara
- 1/2 tsk svartur pipar
- 3 matskeiðar tómatsósa

LEIÐBEININGAR

a) Forhitaðu ofninn í 350 gráður F. Húðaðu 5- x 9 tommu brauðform með eldunarúða.

b) Í stórri skál, blandaðu nautahakk, gulrótum, sveppum, maísflögu mola, hakkað lauk, egg staðgengill, og pipar; blandið vel saman. Setjið í brauðform og dreifið tómatsósu jafnt yfir.

c) Bakið í 1-1/2 klukkustund, eða þar til ekkert bleikt er eftir. Látið standa í 5 mínútur. Hellið umfram vökva af, ef einhver er, skerið síðan í sneiðar og berið fram.

93. Cheesy hamborgara franskar

Þjónar: 4
Eldunartími: 25 mínútur
Hráefni
- 1 (32 aura) poki frosnar franskar kartöflur
- 1 pund nautahakk
- 1/2 bolli tómatsósa
- 1/4 bolli gult sinnep
- 1/4 tsk salt
- 1/4 tsk svartur pipar
- 1 lítill laukur, saxaður
- 1/2 bolli sneiðar dill súrum gúrkum
- 3/4 bolli ostasósa, hituð

LEIÐBEININGAR
a) Setjið frosnar franskar kartöflur á bökunarplötu og bakið samkvæmt leiðbeiningum á pakka.
b) Á meðan, í stórri pönnu, eldið nautahakk við háan hita þar til það er brúnt, um 6 til 8 mínútur; tæmdu umfram fitu af.
c) Hrærið tómatsósu, sinnepi, salti og pipar saman við; blandið vel saman og eldið í 2 til 3 mínútur til viðbótar, eða þar til það er hitað í gegn.
d) Setjið franskar kartöflur á stórt fat, hellið kjötblöndu yfir kartöflurnar, stráið lauk og súrum gúrkum yfir og dreypið ostasósu jafnt yfir allt. Berið fram strax.

94. Bakað gúllas

Þjónar: 4
Eldunartími: 50 mínútur

Hráefni
- 1-1/2 til 2 pund nautahakk
- 1/2 pund sneiðar sveppir
- 1 lítill laukur, saxaður
- 1 matskeið saxaður hvítlaukur
- 1 (28 aura) krukku spaghettísósa
- 1 tsk salt
- 1/2 tsk svartur pipar
- 8 aura ósoðnar olnbogamakkarónur
- 1/2 bolli vatn
- 1 bolli (4 aura) rifinn mozzarella ostur

LEIÐBEININGAR

a) Forhitaðu ofninn í 350 gráður F. Húðaðu 2-1/2 lítra eldunarfat með eldunarúða.

b) Í stórri pönnu, brúnt nautahakk, sveppir, laukur og saxaður hvítlaukur yfir miðlungs háum hita í 6 til 8 mínútur, eða þar til ekkert bleikt er eftir í nautakjötinu, hrærið oft. Tæmið umfram vökva af og bætið síðan við afganginum af hráefninu nema osti; blandið vel saman.

c) Setjið blönduna í tilbúið eldfast mót, lokið og bakið í 25 mínútur. Takið úr ofninum og toppið með mozzarella osti. Settu aftur í ofninn og bakaðu, án loks, 15 til 20 mínútur, eða þar til það er hitað í gegn og osturinn hefur bráðnað.

95. Auðveldur Stroganoff

Borðar: 6
Eldunartími: 15 mínútur

Hráefni

- 1-1/2 pund nautahakk
- 1 (8 aura) pakki forskeyttir ferskir sveppir
- 1 stór laukur, þunnt sneið
- 16 aura öskju sýrður rjómi
- 1 (10-3/4 aura) dós rjóma af sveppasúpu, óþynnt
- Hvítlaukssalt og svartur pipar eftir smekk (valfrjálst)

LEIÐBEININGAR

a) 1.Brown nautahakk í stórri pönnu, hrærið þar til það molnar og er ekki lengur bleikt; tæmdu í sigti, fargaðu dreypi. Setjið nautahakk til hliðar.

b) 2.Bætið sveppum og lauk á pönnu og eldið við meðalháan hita, hrærið stöðugt í, í 5 mínútur eða þar til þær eru mjúkar.

c) 3.Bætið við nautahakk, sýrðum rjóma og súpu; eldið við meðalhita í 5 mínútur eða þar til það er vel hitað, hrærið af og til. Ef þess er óskað, hrærið hvítlauksalti og pipar út í eftir smekk. Berið fram strax yfir heitum soðnum eggjanúðlum.

96. Allt í einu Pierogi Skillet

Þjónar: 4
Eldunartími: 20 mínútur

Hráefni

- 1 matskeið jurtaolía
- 1 pund nautahakk
- 1 (16 aura) pakki frosin kartöflupirogis, þíða
- 1 (10 únsur) pakki frosin spergilkál, þíða
- 1/2 tsk salt
- 1/4 tsk svartur pipar
- 1 bolli (4 aura) rifinn Cheddar ostur

LEIÐBEININGAR

a) Hitið olíu á miðlungsháum hita í stórri pönnu og brúnið nautakjöt í 5 mínútur, hrærið oft.

b) Bætið pierogi út í og eldið í 4 til 5 mínútur, eða þar til það er hitað í gegn.

c) Hrærið spergilkál, salti og pipar út í og setjið síðan ost yfir.

d) Dragðu úr hita í lágmark, hyldu og eldaðu í 2 til 3 mínútur til viðbótar, eða þar til osturinn bráðnar og spergilkálið er hitnað í gegn.

97. Múrarakrukka Bolognese

Hráefni
- 2 matskeiðar ólífuolía
- 1 pund nautahakk
- 1 pund ítalsk pylsa, hlíf fjarlægð
- 1 laukur, saxaður
- 4 hvítlauksgeirar, saxaðir
- 3 (14,5 únsur) dósir sneiddir tómatar, tæmdir
- 2 (15 aura) dósir tómatsósa
- 3 lárviðarlauf
- 1 tsk þurrkað oregano
- 1 tsk þurrkuð basil
- ½ tsk þurrkað timjan
- 1 tsk kosher salt
- ½ tsk nýmalaður svartur pipar
- 2 (16 aura) pakkar fituskertur mozzarellaostur, í teningum
- 32 aura ósoðinn heilhveiti fusilli, soðinn samkvæmt pakkaleiðbeiningum; um 16 bollar eldaðir

LEIÐBEININGAR

a) Hitið ólífuolíuna á stórri pönnu við meðalháan hita. Bætið nautahakkinu, pylsunni, lauknum og hvítlauknum saman við. Eldið þar til það er brúnt, 5 til 7 mínútur, vertu viss um að mylja nautakjötið og pylsuna þegar það eldar; tæma umfram fitu.

b) Flyttu nautahakkblönduna yfir í 6 lítra hægan eldavél. Hrærið tómötum, tómatsósu, lárviðarlaufum, oregano, basil, timjan, salti og pipar saman við. Lokið og eldið við lágan hita í 7 klukkustundir og 45 mínútur. Takið lokið af og snúið hæga eldavélinni á háan hita. Haltu áfram að elda í 15 mínútur þar til sósan hefur þykknað. Fargið lárviðarlaufunum og látið sósuna kólna alveg.

c) Skiptu sósunni í 16 (24 aura) glerkrukkur með breiðum munni með loki eða öðrum hitaþéttum ílátum. Toppið með mozzarella og fusilli. Geymið í kæli í allt að 4 daga.

d) Til að þjóna, örbylgjuofn, afhjúpað, þar til það er hitað í gegn, um 2 mínútur. Hrærið til að blanda saman.

98. Nautakjöt í grískum stíl með grænmeti

Þjónar: 4
Hráefni:
- 1 pund nautahakk
- Salt og svartur pipar eftir smekk
- 1 matskeiðar ólífuolía
- 5 meðalstórar gulrætur, sneiddar
- ¼ bolli + 2 matskeiðar hvítvín, skipt
- 1 búnt baby bok choy, snyrt og gróft saxað
- 3 hvítlauksrif, söxuð
- 1 (15 oz.) dós dós baunir, skolaðar og tæmdar
- 2 matskeiðar fínt saxað ferskt oregano
- ½ bolli rifinn parmesanostur
- 2 matskeiðar sítrónusafi

LEIÐBEININGAR
a) Eldið nautakjöt á stórri pönnu við meðalhita í 10 mínútur eða þar til það er brúnt.
b) Kryddið með salti, svörtum pipar og færið yfir á disk. Setja til hliðar.
c) Hitið ólífuolíu á sömu pönnu og steikið gulrætur í um það bil 5 mínútur eða þar til þær eru mjúkar. Bætið við bok choy, hvítlauk og ¼ bolla af hvítvíni; eldið í 3 mínútur eða þar til bok choy visnar.
d) Hrærið nautakjöti, navy baunum, oregano og hvítvíni sem eftir er saman við; látið malla í 3 mínútur eða þar til baunir heitar. Slökkvið á hitanum og dreypið sítrónusafa yfir.
e) Berið upp mat, toppið með parmesanosti og berið fram heitt.

99. Nautakjöt fyllt kúrbít

Afrakstur: 1 skammtur

Hráefni
- 1 meðalstór kúrbít
- ¼ pund nautahakk
- 1 matskeið Saxaður laukur
- 1 matskeið Saxaður grænn pipar
- 3 matskeiðar tómatsósa
- 2 matskeiðar parmesanostur; skipt
- 1 dash Hvítlauksduft
- 1 dash salt

LEIÐBEININGAR
a) Skerið kúrbít í tvennt eftir endilöngu. Skerið kvoða út og skilið eftir ¼ tommu skel.
b) Saxið kvoða og setjið til hliðar. Setjið nautahakk, lauk og grænan pipar í litla pott. Lokið og örbylgjuofnið við High í 1 til 2 mínútur, hrærið einu sinni þar til nautakjötið er brúnt. Tæmdu.
c) Bætið kúrbítskvoða, tómatsósu, 1 msk parmesanosti, hvítlauksdufti og salti í nautahakkblönduna. Setjið helminginn af nautakjötsblöndunni í hverja kúrbítsskel. Stráið 1 matskeið af parmesanosti yfir.

d) Settu fylltan kúrbít á örbylgjuofngrindina. Hyljið vel með þungum plastfilmu. Örbylgjuofn á High fyrir 1½ mín
e) Snúðu réttinum hálfa snúning og settu í örbylgjuofn við háan hita í 1 ½ til 3 ½ mínútur eða þar til fyllingin er orðin stíf og kúrbíturinn mjúkur.

100. **TexMex pottréttur**

Afrakstur: 4 skammtar

Hráefni

- 1 pund nautahakk
- 1 meðalstór laukur, saxaður
- ½ (1 25 oz.) umslag taco kryddblanda
- ½ (15 til 16 oz.) krukkusalsa
- ¼ bolli sýrður rjómi
- 1½ bolli Tortilla eða maísflögur
- ¼ bolli rifinn cheddar

LEIÐBEININGAR

a) Í meðalstórri skál, blandaðu nautahakk, lauk og taco kryddblöndu; elda, þakið á háu í 4 til 6 mínútur þar til nautakjöt er ekki lengur bleikt, hrært einu sinni í hálfa leið í eldun.
b) Hrærið salsa og sýrðum rjóma saman við. 2. Settu helminginn af kjötblöndunni í 1½ lítra pott, leggðu helminginn af kjötblöndunni í lag, allar tortillaflögur, síðan afganginn af kjötblöndunni.
c) Eldið, þakið, 1 til 2 mínútur, þar til það er heitt
d) Afhjúpa; stráið osti yfir. Eldið í 1 til 2 mínútur þar til osturinn bráðnar.

e) Toppið með hvaða uppáhalds taco festingu sem er: rifið salat, saxaður tómatar, avókadó sneiðar.

NIÐURSTAÐA

Það er ekkert sem okkur líkar meira en klassískir, hefðbundnir máltíðir. Með svo marga vandláta matsölustaði þarna úti, langar þig stundum í uppskrift sem er bara að fara að virka. Þú vilt gera tilraunir og hafa smá fjölbreytni en þú þarft eitthvað áreiðanlegt - og það er þar sem þessar nautahakkuppskriftir koma inn!

www.ingramcontent.com/pod-product-compliance
Lightning Source LLC
Chambersburg PA
CBHW070356120526
44590CB00014B/1150